READWELL'S

LEARN

IN

Easy Method of Learning Kannada Through English Without a Teacher

Srinivasa Sastry
M.A., B.O.L.

Readwell Publications
NEW DELHI-110008

Published by :
READWELL PUBLICATIONS
B-8, Rattan Jyoti, 18, Rajendra Place
New Delhi-110 008 (INDIA)
Phone : 5737448, 5712649, 5721761
Fax : 91-11-5812385
E-mail : readwell@sify.com
newlight@vsnl.net

ISBN 81-87782-09-9

Printed at : Arya Offset Press, New Delhi.

Preface

Learning a language which is other than the mother language is a difficult job. But in the present it is essential to be adept in speaking and writing a few languages if one wants to interact with the people around.

This book is intended to be the springboard for probing the mysteries of the language. The learner is made familiar with alphabet, with the words of daily use, their usage, sentence construction and their proper arrangement.

The basics of the language are meant to develop power of speaking and faculty to write. The book is itself a practical teacher.

—Author

CONTENTS

There are authors who choose to teach a language through the medium of translation. Their method is to compile a few hundred sentences, generally spoken on various occasions, categorise them and present them to the learner in the fond belief that he needs to learn only this much. The grammatical aspect of the language is ignored. In our view this method is inadequate. The learner cannot form sentences of his own because of the lack of knowledge of the rudiments of grammar. We have, therefore, chosen to teach grammar also so that the learner catches the language at the grassroots level and acquires self-confidence.

Although great care has been taken to prepare this book, yet there may be shortcomings in it. We are open to valuable suggestions and constructive criticism in our firm belief that we provide the maximum benefit to the learner.

HOW TO WRITE KANNADA

VOWELS

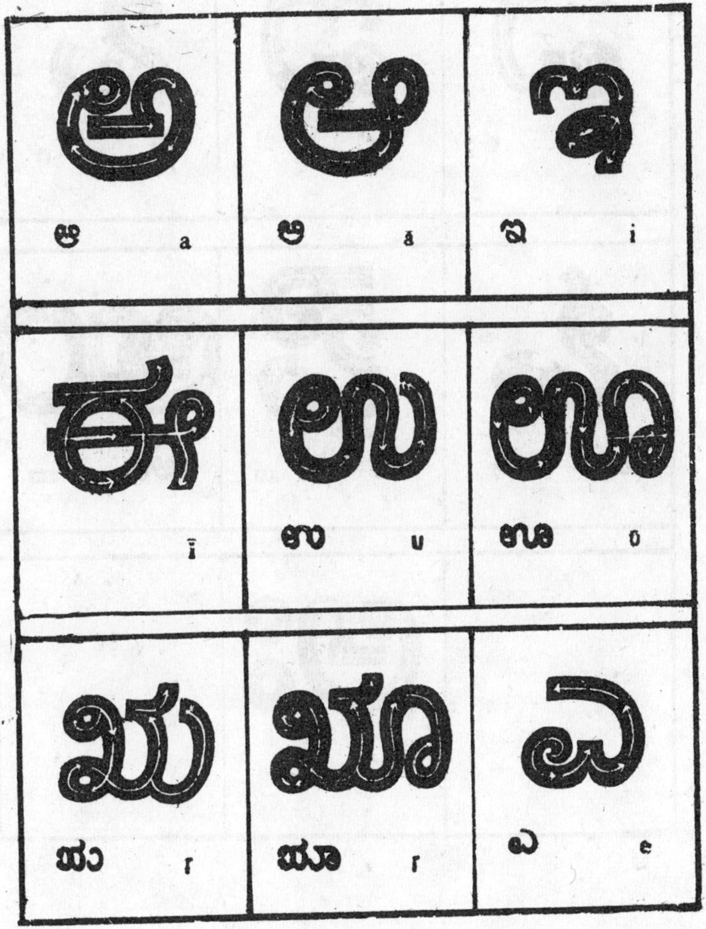

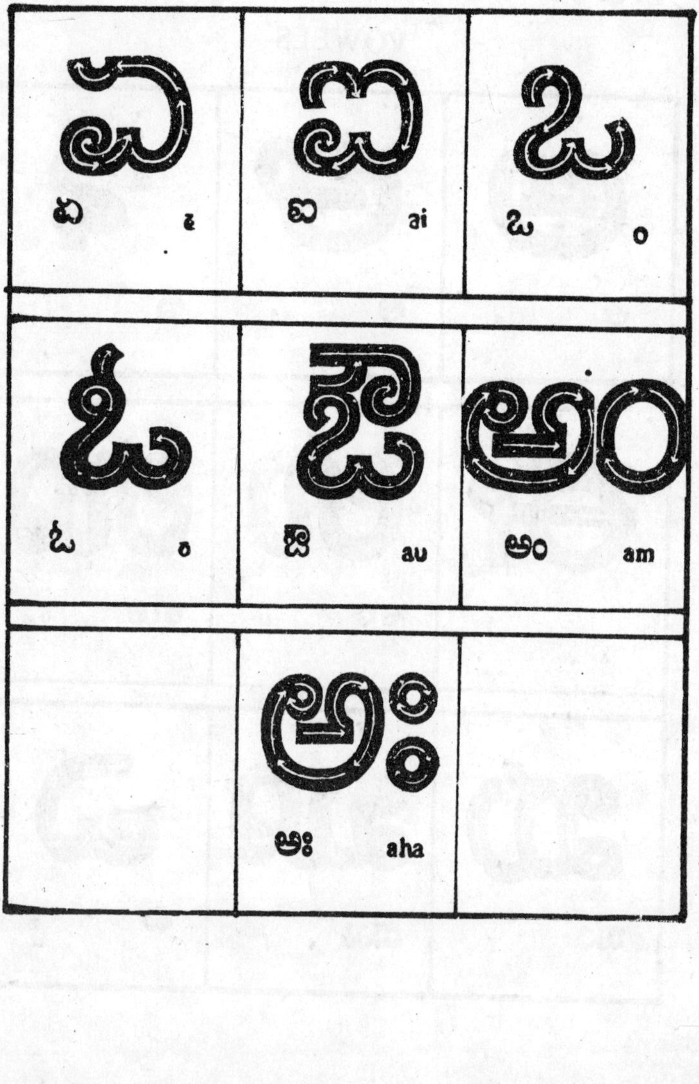
ఏ e
ఐ ai
ఒ o
ఓ o
ఔ au
అం am
అః aha

CONSONANTS

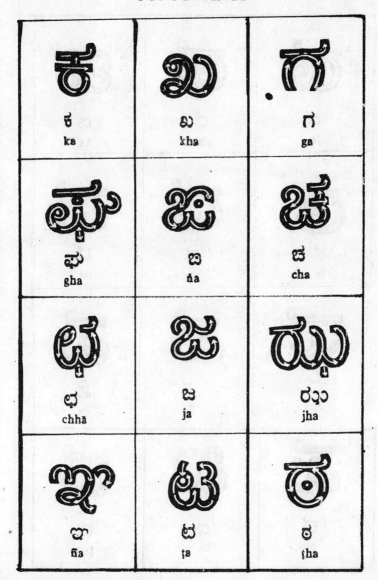

ಕ ka	ಖ kha	ಗ ga
ಘ gha	ಙ ńa	ಚ cha
ಛ chhā	ಜ ja	ಝ jha
ಞ ña	ಟ ṭa	ಠ ṭha

 ಡ ḍa	 ಢ ḍha	 ಣ ńa
 ತ ta	 ಥ tha	 ದ da
 ಧ dha	 ನ na	 ಪ pa
 ಫ pha	 ಬ ba	 ಭ bha

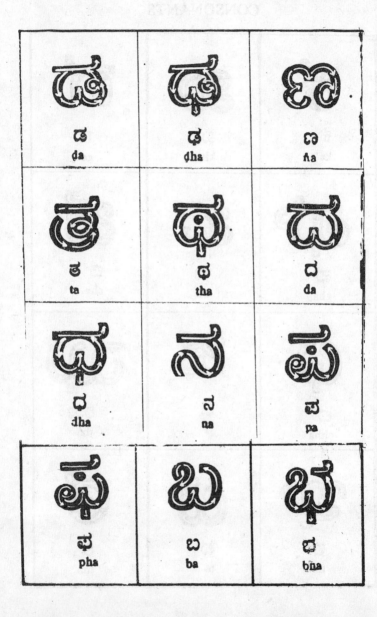

ಮ ma	ಯ ya	ರ ra
ಲ la	ವ va	ಶ sha
ಷ sha	ಸ sa	ಹ ha
	ಳ la	

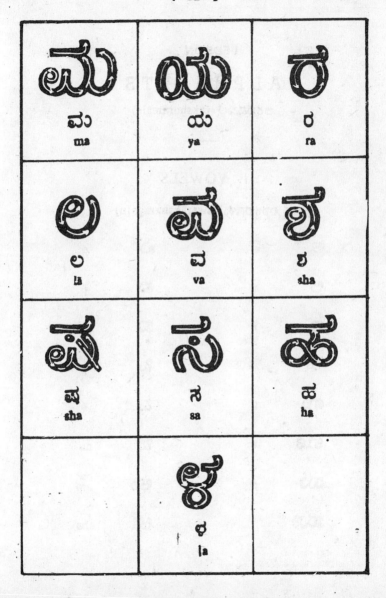

LESSON 1

ALPHABETS

ಅಕ್ಷರಮಾಲೆ (aksharamāle)

I. VOWELS

ಸ್ವರಾಕ್ಷರಗಳು (swarāksharagaḷu)

ಅ	a	ಎ	e
ಆ	ā	ಏ	ē
ಇ	i	ಐ	ai
ಈ	ī	ಒ	o
ಉ	u	ಓ	ō
ಊ	ū	ಔ	au
ಋ	ṛ	ಅಂ	am
ೠ	ṝ	ಅಃ	aha

Kannada language is phonetic in its nature. English letters are pronounced and spelt differently in different words and contexts as 'A' in 'CAR', 'CAT', 'NAME' etc. But in Kannada, a letter is generally pronounced in the same way wherever it is found. Where 'C' and 'K' are used to represent the same sound 'K' as in 'CUT' and 'KANNADA' in English, only one letter 'ಕ' (ka) is used in Kannada.

ಅ	ಆ	ಇ	ಈ	ಉ	ಊ	ಋ	ೠ
a	ā	I	ī	u	ū	RI	RĪ
ಎ	ಏ	ಐ	ಒ	ಓ	ಔ		
e	ē	ai	o	ō	au		

Read:-

ಇ ಎ ಋ ಒ ಆ ಈ ಐ ೠ ಔ ಅ

Vowels are of two kinds:-

i) Short Vowels (Hraswa Swara)

ಅ	ಇ	ಉ	ಋ	ಎ	ಒ
a	i	u	ri	e	o

ii) Long Vowels (Dīrga Swara)

ಆ	ಈ	ಊ	ೠ	ಏ	ಐ	ಓ	ಔ
ā	ī	ū	RĪ	ē	AĪ	Ō	AŪ

HOW TO PRONOUNCE

Pronounce the letter 'a' as the first 'a' in the word *America.*

For the letter 'a' pronounce as you do in the word *Father*.

For the 3rd vowel the tetter 'i' must be pronounced as 'i' is pronounced in the word *Indian.*

The 4th vowel 'I' should be Pronounced as the two 'e's in word *Swee*.

For the 5th vowel 'u' pronounce the letter as in the word *Bull.*

For the 6th vowel pronounce the 'u' as the two 'o's in the word *Foot*

For vowel 'ṛ' pronounce letter r' as in the word *Rhythm.*

The 8th vowel 'ṝ' should be pronounced with long sonnd.

For the 9th vowel 'e' should be pronounced as 'a' in the word *Any.*

The 10th vowel 'e should be pronounced as 'a' is pronounced in word *Ate.*

The 11th vowel 'ai' should be pronounced as in the word *Island.*

For the letter 'o' pronounce as you do in the word *One.*

The 13th vowel 'o' should be Pronounced as in the word *Note.*

The 14th vowel 'au' should be pronounced as in the word *Out.*

The 15th letter (a dot-like sign) should be pronounced as the word *Simple.*

The 16th letter ':' (two dots) shown behind "ಅ" should be pronounced as *Aha.*

Short vowels are to be pronounced short and long vowels long.

ಅ	(अ)	becomes	~	and is called	akār
ಆ	(अ)	,,	ಾ	,,	ākār
ಇ	(इ)	,,	ಿ	,,	ikās
ಈ	(ई)	,,	ೀ	,,	īkār
ಉ	(उ)	,,	ು	,,	ukār
ಊ	(ऊ)	,,	ೂ	,,	ūkār
ಋ	( )	,,	ೃ	,,	rikār
ೠ	( )	,,	ೄ	,,	rīkār
ಎ	(ए)	,,	ೆ	,,	ekār
ಏ	(ऐ)	,,	ೇ	,,	ēkār

ಐ (ऐ)	,,	ೈ	,,	ikār
ಒ ( )	,,	ೊ	,,	okār
ಓ (ओ)	,,	ೋ	,,	ōkār
ಔ (औ)	,,	ೌ	,,	aukār
ಅಂ (अं)	,,	ಂ		
ಅಃ (अः)	,,	ಃ		

The Kannada Vowels so far introduced are "ಅ ಆ ಇ ಈ ಉ ಊ ಎ ಏ ಐ ಒ ಓ and ಔ". The basic vowels are "ಅ ಇ ಉ ಎ and ಒ". The corresponding long vowels are "ಆ ಈ ಊ ಏ ಓ". ಐ and ಔ are diphthongs. The five basic vowels, i.e. "ಅ ಇ ಉ ಎ and ಒ" correspond to the English vowels "A E I O and u." [ಅ = A, ಇ = I, ಉ = U, ಎ = E, ಒ = O.]

CONSONANTS

ವ್ಯಂಜನಗಳು (Vyanjanagalu)

ಕ ka	ಖ kha	ಗ ga	ಘ gha	ಙ ṅa	I gronp
ಚ cha	ಛ chha	ಜ ja	ಝ jha	ಞ ña	II group
ಟ ṭa	ಠ ṭha	ಡ ḍa	ಢ ḍha	ಣ ṅa	III group
ತ ta	ಥ tha	ದ da	ಧ dha	ನ na	VI group
ಪ pa	ಫ pha	ಬ ba	ಭ bha	ಮ ma	V group
ಯ ya	ರ ra	ಲ la	ವ va	ಶ sha	VI group
ಷ sha	ಸ sa	ಹ ha	ಳ la		

Most of the Kannada consonants have a corresponding equivalant in english. For example.

ಕ್ = K, ಗ್ = G, ಬ್ = B, ರ್ = R, ಸ್ = S, ಲ್ = L, ವ್ = V.

In Kannada a consonant can exist either in its pure form (base-form) or in a combined form alog with a vowel. A consonant when combined with a vowel becomes easier to pronounce and as such Kannada words have a tendency to end with vowels. This is why many Sanskrit words which have enriched kannada vocabulary, when they end with a consonant take a vowel with them. example: Manas→Manasu. Similarly even english words take a vowel-mainly u (ಉ) with them.
Example; Car→Caru, Room→Roomu.

A consonant in its pure form is recognized by the sign "್" at the top of the letter. Obesrve this sign in the following. In kannada, it is called 'Ara talakattu' or half top-line.

ಬ್ (B), ಚ್ (C), ಡ್ (D), ಗ್ (G), ಜ್ (J), ಕ್ (k), ಲ್ (L), ಮ್ (M), ನ್ (N), ಪ್ (P), ರ್ (R), ಸ್ (S), ಟ್ (T), ವ್ (V).

The Consonants in Kannada are classified according to their sounds. There are five such classifications called 'Vargas'. Those consonants which do not fall into any particular class are written below these classes. The order in which the consonants are written is shown below.

ಕ ಖ ಗ ಘ ಙ "Ka Varga"

क ख ग घ ङ

ಚ ಛ ಜ ಝ ಞ "Cha Varga"

च छ ज झ ञ

ಟ ಠ ಡ ಢ ಣ "Ta Varga"

ट ठ ड ढ ण

ತ ಥ ದ ಧ ನ "Tha Varga"

त थ द ध न

ಪ ಫ ಬ ಭ ಮ "Pa Varga"

प फ ब भ म

ಯ ರ ಲ ವ ಶ ಷ ಸ ಹ ಳ

य र ल व श ष स ह ळ

Important symbols used :

Kannada	*English*	*Kannada*	*English*
ಙ	ṅ	ರ್	l
ಞ	ñ	ಳ್	l
ನ್	n	ದ್	d
ಣ್	ṇ	ಡ್	ḍ
ಸ್	s	ಢ್	ḍh
ಶ್	śh	ಠ್	ṭh
ಷ್	sh	ಥ್	thh

Recognize and Read :

ಅ ಆ ಇ ಈ ಶ ಳ

ಊ ಉ ಋ ಢ ಡ ಣ

ಝ ಘ ಮ ಯ

ವ ಪ ಷ ಸ ಫ ಖ

ಐ ಏ ಎ ಥ ಧ ದ ಗ

ಞ ಙ ರ ಠ

ಔ ಓ ಒ ಭ ಬ ಟ ಜ

ಚ ಛ ಕ ತ

ಕ Ka	ಖ Kha	ಗ Ga	ಘ Gha	ಙ ṅa
ಕಾ Kā	ಖಾ Kha	ಗಾ Gā	ಘಾ Ghā	ಙಾ ṅā
ಕಿ Ki	ಖಿ Khi	ಗಿ Gi	ಘಿ Ghi	ಙಿ ṅi
ಕೀ Kī	ಖೀ Khī	ಗೀ Gī	ಘೀ Ghī	ಙೀ ṅi
ಕು Ku	ಖು Khu	ಗು Gu	ಘು Ghu	ಙು ṅu
ಕೂ Kū	ಖೂ Khū	ಗೂ Gū	ಘೂ Gnu	ಙೂ ṅū
ಕೃ Kṛu	ಖೃ Khṛ	ಗೃ Gṛ	ಘೃ Ghṛ	ಙೃ ṅṛ
ಕೆ Ke	ಖೆ Khe	ಗೆ Ge	ಘೆ Ghe	ಙೆ ṅe
ಕೇ Kē	ಖೇ Khē	ಗೇ Gē	ಘೇ Ghē	ಙೇ ṅē
ಕೈ Kai	ಖೈ Khai	ಗೈ Gai	ಘೊ Gho	ಙೈ ṅaī
ಕೊ Ko	ಖೊ Kho	ಗೊ Go	ಘೋ Ghō	ಙೊ ṅo
ಕೋ Kō	ಖೋ Khō	ಗೋ Gō	ಘೈ Ghai	ಙೋ ṅō
ಕೌ Kaou	ಖೌ Khaou	ಗೌ Gaou	ಘೌ Ghaou	ಙೌ ṅaou
ಕಂ Kam	ಖಂ Kham	ಗಂ Gam	ಘಂ Gham	ಙಂ ṅam
ಕಃ Kaha	ಖಃ Khaha	ಗಃ Gaha	ಘಃ Ghaha	ಙಃ ṅaha

ಚ Cha	ಛ Chha	ಜ Ja	ಝ Jha	ಞ ña
ಚಾ Chā	ಛಾ Cnhā	ಜಾ Jā	ಝಾ Jha	ಞಾ ñā
ಚಿ Chi	ಛಿ Chhi	ಜಿ Ji	ಝಿ Jhi	ಞಿ ñi
ಚೀ Chī	ಛೀ Chhī	ಜೀ Jī	ಝೀ Jhi	ಞೀ ñī
ಚು Chu	ಛು Chhn	ಜು Ju	ಝು Jhu	ಞು ñu
ಚೂ Chū	ಛೂ Chhu	ಜೂ Jū	ಝೂ Jhū	ಞೂ ñū
ಚೃ Chṛ	ಛೃ Chhṛ	ಜೃ Jṛ	ಝೃ Jhṛ	ಞೃ ñṛ
ಚೆ Che	ಛೆ Chhe	ಜೆ Je	ಝೆ Jhe	ಞೆ ñe
ಚೇ Chē	ಛೇ Chhē	ಜೇ Jē	ಝೇ Jhe	ಞೇ ñē
ಚೈ Chai	ಛೈ Chhai	ಜೈ Jai	ಝೈ Jhai	ಞೈ ñai
ಚೊ Cho	ಛೊ Chho	ಜೊ Io	ಝೊ Jho	ಞೊ ño
ಚೋ Chō	ಛೋ Chhō	ಜೋ Jō	ಝೋ Jhō	ಞೋ ñō
ಚೌ Chaou	ಛೌ Chhaou	ಜೌ Jaou	ಝೌ Jhaou	ಞೌ ñaou
ಚಂ Cham	ಛಂ Chnam	ಜಂ Jam	ಝಂ Jham	ಞಂ ñam
ಚಃ Chaha	ಛಃ Chhaha	ಜಃ Jaha	ಝಃ Jhaha	ಞಃ ñaha

ಟ ṭa	ಠ ṭha	ಡ ḍa	ಢ ḍha	ಣ ṅa
ಟಾ ṭā	ಠಾ ṭhā	ಡಾ ḍā	ಢಾ ḍhā	ಣಾ ṅā
ಟಿ ṭi	ಠಿ ṭhi	ಡಿ ḍi	ಢಿ dhi	ಣಿ ṅi
ಟೀ ṭī	ಠೀ ṭhī	ಡೀ ḍī	ಢೀ dhī	ಣೀ ṅī
ಟು ṭu	ಠು ṭhu	ಡು ḍu	ಢು ḍhu	ಣು ṅu
ಟೂ ṭū	ಠೂ ṭhū	ಡೂ ḍū	ಢೂ ḍhū	ಣೂ ṅū
ಟೃ ṭṛ	ಠೃ ṭhṛ	ಡೃ ḍṛ	ಢೃ ḍhṛ	ಣೃ ṅṛ
ಟೆ ṭe	ಠೆ ṭhe	ಡೆ ḍe	ಢೆ ḍhe	ಣೆ ṅe
ಟೇ ṭē	ಠೇ ṭhē	ಡೇ ḍē	ಢೇ ḍhē	ಣೇ ṅē
ಟೈ ṭai	ಠೈ ṭhai	ಡೈ ḍai	ಢೈ ḍhai	ಣೈ ṅai
ಟೊ ṭo	ಠೊ ṭho	ಡೊ ḍo	ಢೊ ḍho	ಣೊ ṅo
ಟೋ ṭō	ಠೋ ṭhō	ಡೋ ḍō	ಢೋ ḍhō	ಣೋ ṅō
ಟೌ ṭau	ಠೌ ṭhau	ಡೌ ḍau	ಢೌ ḍhou	ಣೌ ṅau
ಟಂ ṭam	ಠಂ ṭham	ಡಂ dam	ಢಂ ḍham	ಣಂ ṅam
ಟಃ ṭaua	ಠಃ ṭhaha	ಡಃ ḍaha	ಢಃ ḍhaha	ಣಃ ṅaha

ತ tha	ಥ thha	ದ da	ಧ dha	ನ na
ತಾ thā	ಥಾ thhā	ದಾ dā	ಧಾ dhā	ನಾ nā
ತಿ thi	ಥಿ thhi	ದಿ di	ಧಿ dhi	ನಿ ni
ತೀ thī	ಥೀ thhī	ದೀ dī	ಧೀ dhī	ನೀ nī
ತು thu	ಥು thhu	ದು du	ಧು dhu	ನು nu
ತೂ thū	ಥೂ thhū	ದೂ dū	ಧೂ dhū	ನೂ nū
ತೃ thṛ	ಥೃ thhṛ	ದೃ dṛ	ಧೃ dhṛ	ನೃ nṛ
ತೆ the	ಥೆ thhe	ದೆ de	ಧೆ dhe	ನೆ ne
ತೇ thē	ಥೇ thhē	ದೇ dē	ಧೇ dhē	ನೇ nē
ತೈ thai	ಥೈ thnai	ದೈ dai	ಧೈ dhai	ನೈ nai
ತೊ tho	ಥೊ thho	ದೊ do	ಧೊ dho	ನೊ no
ತೋ thō	ಥೋ thhō	ದೋ dō	ಧೋ dhō	ನೋ nō
ತೌ thaou	ಥೌ thnaou	ದೌ daou	ಧೌ dhaou	ನೌ naou
ತಂ tham	ಥಂ thham	ದಂ dam	ಧಂ dham	ನಂ nam
ತಃ thaha	ಥಃ thhaha	ದಃ daha	ಧಃ daha	ನಃ naha

ಪ Pa	ಫ Pha	ಬ Ba	ಭ Bha	ಮ Ma
ಪಾ Pā	ಫಾ Phā	ಬಾ Bā	ಭಾ Bha	ಮಾ Ma
ಪಿ Pi	ಫಿ Phi	ಬಿ Bi	ಭಿ Bhi	ಮಿ Mi
ಪೀ Pī	ಫೀ Phī	ಬೀ Bī	ಭೀ Bhī	ಮೀ Mi
ಪು Pu	ಫು Phu	ಬು Bu	ಭು Bhu	ಮು Mu
ಪೂ Pū	ಫೂ Phū	ಬೂ Bū	ಭೂ Bhū	ಮೂ Mū
ಪೃ Pṛ	ಫೃ Phṛ	ಬೃ Bṛ	ಭೃ Bhṛ	ಮೃ Mṛ
ಪೆ Pe	ಫೆ Phe	ಬೆ Be	ಭೆ Bhe	ಮೆ Me
ಪೇ Pē	ಫೇ Phe	ಬೇ Bē	ಭೇ Bhē	ಮೇ Mē
ಪೈ Pai	ಫೈ Phai	ಬೈ Bai	ಭೈ Bhai	ಮೈ Mai
ಪೊ Po	ಫೊ Pho	ಬೊ Bo	ಭೊ Bho	ಮೊ Mo
ಪೋ Pō	ಫೋ Phō	ಬೋ Bō	ಭೋ Bhō	ಮೋ Mo
ಪೌ Paou	ಫೌ Phaou	ಬೌ Baou	ಭೌ Bhaou	ಮೌ Maou
ಪಂ Pam	ಫಂ Pham	ಬಂ Bam	ಭಂ Bham	ಮಂ Mām
ಪಃ Paha	ಫಃ Phaha	ಬಃ Baha	ಭಃ Bhaha	ಮಃ Maha

ಯ Ya	ರ Ra	ಲ La	ವ Va	ಶ Śa
ಯಾ Yā	ರಾ Rā	ಲಾ La	ವಾ Vā	ಶಾ Śā
ಯಿ Yi	ರಿ Ri	ಲಿ Li	ವಿ Vi	ಶಿ Śi
ಯೀ Yī	ರೀ Rī	ಲೀ Lī	ವೀ Vī	ಶೀ Śī
ಯು Yu	ರು Ru	ಲು Lu	ವು Vu	ಶು Śu
ಯೂ Yū	ರೂ Rū	ಲೂ Lū	ವೂ Vu	ಶೂ Śū
ಯೃ Yṛ	—	—	ವೃ Vṛ	ಶೃ Śṛ
ಯೆ Ye	ರೆ Re	ಲೆ Le	ವೆ Ve	ಶೆ Śe
ಯೇ Yē	ರೇ Rē	ಲೇ Lē	ವೇ Vē	ಶೇ Śē
ಯೈ Yai	ರೈ Rai	ಲೈ Lai	ವೈ Vai	ಶೈ Śai
ಯೊ Yo	ರೊ Ro	ಲೊ Lo	ವೊ Vo	ಶೊ Śo
ಯೋ Yō	ರೋ Rō	ಲೋ Lō	ವೋ Vō	ಶೋ Śō
ಯೌ Yaou	ರೌ Raou	ಲೌ Laou	ವೌ Vaou	ಶೌ Śau
ಯಂ Yam	ರಂ Ram	ಲಂ Lam	ವಂ Vam	ಶಂ Śam
ಯಃ Yaha	ರಃ Raha	ಲಃ Laha	ವಃ Vaha	ಶಃ Śaha

ಷ sha	ಸ Sa	ಹ Ha	ಳ ḷa
ಷಾ shā	ಸಾ Sā	ಹಾ Hā	ಳಾ ḷā
ಷಿ shi	ಸಿ Si	ಹಿ Hi	ಳಿ ḷi
ಷೀ shī	ಸೀ Sī	ಹೀ Hī	ಳೀ ḷī
ಷು shu	ಸು Su	ಹು Hu	ಳು ḷu
ಷೂ shū	ಸೂ Sū	ಹೂ Hū	ಳೂ ḷū
ಷೃ shṛ	ಸೃ Sṛ	ಹೃ Hṛ	—
ಷೆ she	ಸೆ Se	ಹೆ He	ಳೆ ḷe
ಷೇ shē	ಸೇ Sē	ಹೇ Hē	ಳೇ ḷē
ಷೈ shai	ಸೈ Sai	ಹೈ Hai	ಳೈ ḷai
ಷೊ sho	ಸೊ So	ಹೊ Ho	ಳೊ ḷo
ಷೋ shō	ಸೋ Sō	ಹೋ Hō	ಳೋ ḷō
ಷೌ shou	ಸೌ Saou	ಹೌ Haou	ಳೌ ḷau
ಷಂ sham	ಸಂ Sam	ಹಂ Ham	ಳಂ ḷam
ಷಃ shaha	ಸಃ Saha	ಹಃ Haha	ಳಃ ḷaha

CONJUNCT CONSONANTS

ಕ+ತ=ಕ್ತ	ರಕ್ತ	(rakta)	Blood
ಕ+ರ=ಕ್ರ	ಚಕ್ರ	(chakra)	Wheel
ಕ+ಷ=ಕ್ಷ	ಲಕ್ಷ	(laksha)	Lakh
ಕ+ವ=ಕ್ವ	ಪಕ್ವ	(pakva)	Ripe
ಖ+ಯ=ಖ್ಯ	ಮುಖ್ಯ	(mukhya)	Important
ಗ+ನ=ಗ್ನ	ಲಗ್ನ	(lagna)	Marriage
ಘ+ನ=ಘ್ನ	ವಿಘ್ನ	(vighna)	Obstacle
ಚ+ಚ=ಚ್ಚ	ಹುಚ್ಚ	(huchcha)	Mad
ಚ+ಛ=ಚ್ಛ	ಗುಚ್ಛ	(guchchha)	Bunch
ಚ+ಯ=ಚ್ಯ	ಸೂಚ್ಯ	(sūchya)	Note
ಜ+ಯ=ಜ್ಯ	ರಾಜ್ಯ	(rājya)	Kingdom
ಟ+ಯ=ಟ್ಯ	ನಾಟ್ಯ	(nātya)	Dance
ಠ+ಯ=ಠ್ಯ	ಪಠ್ಯ	(pattya)	Readable
ಢ+ಯ=ಢ್ಯ	ಮೌಢ್ಯ	(moudhya)	Foolishness

Consonants Combined with Vowels
ಗುಣಿತಾಕ್ಷರ ಅಥವಾ ಕಾಗುಣಿತ
(Gunitāksara athavā kāgunita)

We have seen that a consonant can be in combination with any vowel. The vowel signs with consanants.

ಕ್ + ಅ (ˆ)	=	ಕ	ka
ಕ್ + ಆ (ಾ)	=	ಕಾ	kā
ಕ್ + ಇ (ಿ)	=	ಕಿ	ki
ಕ್ + ಈ (ೀ)	=	ಕೀ	kī
ಕ್ + ಉ (ು)	=	ಕು	ku
ಕ್ + ಊ (ೂ)	=	ಕೂ	kū
ಕ್ + ಋ (ೃ)	=	ಕೃ	kri
ಕ್ + ೠ (ೄ)	=	ಕೄ	krū
ಕ್ + ಎ (ೆ)	=	ಕೆ	ke
ಕ್ + ಏ (ೇ)	=	ಕೇ	kē
ಕ್ + ಐ (ೈ)	=	ಕೈ	kai
ಕ್ + ಒ (ೊ)	=	ಕೊ	ko
ಕ್ + ಓ (ೋ)	=	ಕೋ	kō
ಕ್ + ಔ (ೌ)	=	ಕೌ	kau
ಕ್ + ಅಂ (ಂ)	=	ಕಂ	kam
ಕ್ + ಅಃ (ಃ)	=	ಕಃ	kah

A consonant with a vowel is called a "Gunitaksara". Notice that the sign ˆ or ಾ is written in the place of the regular topline. These signs are added to the top end, if the letters has no top line or if it is not the finishing stroke. For example

ಜ → ಜ್, ಜಾ; ಲ → ಲ್, ಲಾ;
ಯ → ಯ್, ಯಾ; ಬ → ಬ್, ಬಾ;

There are fifteen different forms of writing a consonant attaching any vowel-sign with it. The following are the different forms and they are called kāgunita in kannada.

Notes: (1) The sign "ಽ" is written in the place of top-line (ತಲಕಟ್ಟು—Talakattu). This sign is known as Gunisu (ಗುಣಿಸು). The sign "ೀ" is to show that the vowel sound is lengthened and the sign "ೀ" is known as Gunisina Dīrgha (ಗುಣಿಸಿನ ದೀರ್ಘ).

(2) The signs "ು" "ೂ" representing "ಉ" and "ಊ" are called "Kombu" (ಕೊಂಬು) and Kombina Dīrgha (ಕೊಂಬಿನ ದೀರ್ಘ) respectively. They are added as the side of the consonant. But in the case of 'ವ', it is always written at the bottom as in ಹಾವು (hāvu), ಬೇವು (bēvu). In the case of 'ಪ' and 'ಹ' it is written both ways. Example ಪುರಿ ಪುರಿ. Observe here that ವ (va), with a 'ು' at the side becomes 'ಮ' (ma).

(3) The vowel 'ಎ' in combination with a consonant is represented by the sign 'ೆ' in place of the top line.

To represent the long vowel an additional sign 'ೕ' is added. The 'ಐ' is represented by the sign 'ೖ' in addition to the sign of 'ೆ' that is by 'ೈ'.

(4) 'ಒ' that is added to a consonant is represented by 'ೊ' (sign of ಎ+sign of ಊ). The long vowel is represented by an additional sign 'ೕ', that is 'ೋ'.

'ೌ' is the sign of ಔ which is a 'ಅ' sign over and above the top-line or the Talakaṭṭu ತಲಕಟ್ಟು) as in ಗೌರಿ (gauri), ಮೌನ (mauna).

(5) The anuswāra and visarga are shown as 'ಂ' 'ಃ' by the side of the consonant, where as 'ಋ' (ru), sign i.e. 'ೃ' is written below the letter as in ಕೃತಿ (kruti), ಧೃತಿ (dhruti) etc. The visarga (ಃ) is pronounced as 'ha' when the preceding vowel is (ಅ) as in ಹಂಸಃ (Hamsaha). This (ಃ), after 'ಇ' 'ಈ' 'ಉ' etc. is pronounced as 'ihi' 'uhu' as in ಹರಿಃ, 'ಗುರುಃ'.

WORDS ನಾಮಪದಗಳು (nāmapadagaḷu)

ಕೃಪೆ (krupē)=pity, favour ಘೃತ (ghruta)=ghee

ಕೃಪಣ (krupana)=A miser ಮೃತಿ (mruti)=death

ಕೃತಿ (kruti)= A work ಪೃಥುವಿ (prithuvi)= earth

ಹಂಸ (hamsa)=A swan ದುಃಖ (duhkh)=grief

ವಂಶ (vamsha)= A.dynasty ಪುನಃ(punah)=again

ಮಂಗಳ (mangala)=auspicious

ಪುನಃಪುನಃ (punāhpunah)=again and again.

ಕೊಡು (kodu)=To give ತೊಡು (toḍu)=To wear

ಕೋಡು (kōdu)=A horn ತೋಡು(tōḍu)=To dig

ಕೌರವ=kaurava ತೌಡು (tauḍu)=husk

ಹೊಗು (hogu)=To enter ಗೊಂಬೆ(gombe)=A doll

ಹೋಗು (hōgu)=To go ಗೋಡಂಬಿ (gōdambi)= cashew nut

ಹೌದು (haudu)=yes ಗೌರವ (gaurava)=honour

ಬಳೆ (bale)=A bangle ತೆರು (teru=To pay

ಬೆಳೆ (bele)=A crop ತೇರು (tēru)=A chāriot

ಬೇಳೆ (bēle)=A split pulse ತೈಲ (taila)=oil

ಬೈಗು (baigu)=evening ಪೈಸ (paisā)=A paisa

ಕೆಳಗೆ (keḷage)=below ನೆರಳು (neraḷu)=shadow

ಕೇಳು (kēlu)=ask, hear ನೇರಳೆ (nērale)=purple berry

ಕೈಲಾಸ=kailāsa ನೈದಿಲೆ (naidile)=A night lotus

ಜೂಜು(gūju)=gambling ಹಡಗು(haḍagu)=A ship

ಮಗ (maga)=A son ಹುಡುಗ (huḍuga)=A boy

ಮಗು (magu)=A child ಹುಡುಗಿ (hudugi)=A girl

ಸರಿ (sari)=correct ದಿನ (dina)=A day
ಸಿರಿ (siri)=wealth ದೀನ (dīna)=humble
ಕವಿ (kavi)=A poet ಬಳಿ (bali)=near
ಕಿವಿ (kivi)=ear ಬಿಳಿ (bili)=white
ಜನ (jana)=people ಬಲ (bala)=strength
ಜಿನ (jina)=lord Jina ಬಲಿ (bali)=sacrifice
ಜೀನ (jīna)=miser ಬಿಲ (bila)=A burrow
ಮೀ (mī)=to bathe ಲೀನ (līna)=merging
ತೀವಿ (thīvi)=style ಪೀಪಿ (pīpi)=A whistle

ಜನ ja na	People	ತಲೆ tha le	Head
ಹಣ ha ṅa	Money	ಮಾಸ mā sa	Month
ವಿಷ vi sha	Poison	ಬಲೆ ba le	Net
ಪಾತ್ರ pā thra	Vessel	ಬಾವಿ bā vi	Well
ತೋಟ thō ta	Garden	ಬಾನ bā na	Sky
ಹೆಣ he ṅa	Corpse	ಕಾಗೆ kā ge	Crow
ಹಣೆ ha ne	Fore-head	ಹಾಲು hā lu	Milk
ತೊಡೆ tho ḍe	Thigh	ಮರ ma ra	Tree
ಗುರು gu ru	Teacher	ಬೀದಿ bī di	Street
ಕೊಡ ko ḍa	Pot	ಮನೆ ma ne	House

Consonant Cluster

ಸಂಯುಕ್ತಾಕ್ಷರ ಅಥವಾ ಒತ್ತಕ್ಷರ

(Samyukthāksara athava Vottaksara)

Examine this sentence:

The title of this book is "learn kannada"
ದ ಟೈಟಲ್ ಆಫ್ ದಿಸ್ ಬುಕ್ ಈಸ್ "ಲರ್ನ್ ಕನ್ನಡ"

Observe the word "kannada" (ಕನ್ನಡ). In "kannada" (ಕನ್ನಡ) two consonants 'N' and 'N' (ನ್ and ನ್) form a cluster. This 'NN' (ನ್ನ್) (ನ್ನ್+ಅ=ನ್ನ) is a compound consonant or a Samyukthāksara (ಸಂಯುಕ್ತಾಕ್ಷರ). Here the same consonant 'N' is reapeated. In the word "English", for example,

Letters 'N', 'G' and 'L' form a consonant 'ಇ ನ್ ಗ್ ಲಿ ಷ್' or 'ಇಂಗಿಷ್' has 'ನ್, ಗ್, ಲ್' in the cluster Thus we see that in a consonant cluster, either the same consonant may be repeated as in 'ಕನ್ನಡ', ಅಜ್ಜ (Ajja), ಹಬ್ಬ (Habba) or different consonats may come together as in 'ಇಂಗ್ಲಿಷ್' 'ಪುಸ್ತಕ' (pustaka), 'ಅಸ್ತ್ರ' (Astra), 'ಸ್ವಾತಂತ್ರ್ಯ' (Swātantrya).

It may be observed in the above examples, that in english, the compound consonants are written side-by-side, where as in kannada, they are written one below the other. In ಕನ್ನಡ the two ‘ನ್’s' are not represented by the same sign ನ as in comparison with ‘ಅಜ್ಜ’, where in both the ‘ಜ್’'s are represented by the same sign ‘ಜ’. Thus some of the consonants, when they happen to be the second or the consecutive consonants in a cluster, are represented by the same sign, and others by respective signs. ‘ಜ’ is represented by ‘ಜ’ and ‘ನ’ by the sign ‘್ನ’.

The consonants may be divided into three groups for making consonant clusters.

First group:-

ಜ ಟ ಣ ಬ ವ ಖ

ja ta ṇa ba va kha

ಜ ಟ ಣ ಬ ವ ಖ

These consonants are represented by the same sign. Though the shape of these letters remains the same, the size is reduced.

ಹಣ್ಣು (Haṇṇu) = Fruit
ಕಬ್ಬು (Kabbu) = Sugar cane

ಅಜ್ಜ (Ajja) = Grand father
ಹೊಟ್ಟೆ (Hoṭṭe) = Stomach
ಅಣ್ಣ (Aṇna) = Elder brother
ಅವ್ವ (Avva) = Mother

Notice that the vowel signs ೆ ಿ ು ೂ etc., are added to the first consonant but the vowel pronunciation applies to the cluster as a whole and is pronounced after the last consonant in the cluster. For example: ಸ್ವಾಮಿ—Swāmi, ವಸ್ತ್ರ-(vastra).

Second group:-

ಕ	ಚ	ಪ	ಗ	ಡ	ದ	ಸ	ಶ	ಷ	ಹ
ka	cha	pa	ga	ḍa	da	sa	śa	sa	ha
್ಕ	್ಚ	್ಪ	್ಗ	್ಡ	್ದ	್ಸ	್ಶ	್ಷ	್ಹ
k	Ch	P	G	D	D	S	Ś	S	H

ಳ	ಘ	ಛ	ಠ	ಥ	ಫ	ಭ	ಢ	ಧ
la	gha	chha	ṭha	tha	pha	bha	ḍha	dha
್ಳ	್ಘ	್ಛ	್ಠ	್ಥ	್ಫ	್ಭ	್ಢ	್ಧ
L	Ch	Chh	Th	Th	Ph	Bh	Dh	Dh

Examine:

ಹಗ್ಗ	(Hagga)=	Rope
ಗುಡ್ಡ	(Gudda)=	Hill
ಹಳ್ಳ	(Halla)=	Rivulet

In these examples you find the duplication of the consonants ಗ, ಡ, ಳ. The first ones are written fully, where as the second letters of the clusters are represented by the signs ್ಗ, ್ಡ, ್ಳ which are nothing but, the letters themselves without the top-line. Similarly all the consonants mentioned in the above tabular column are represented by the sign of the respective consonant without the top-line.

Read:

ಅಕ್ಕ	(Akka)	=	Elder sister
ಅಪ್ಪ	(Appa)	=	Father
ಹದ್ದು	(Haddu)	=	A vulture
ಸ್ವಚ್ಛ	(Swaccha)	=	Clean
ರಾಕ್ಷಸ	(Rāksasa)	=	A demon
ಕೊಳ್ಳ	(kolla)	=	A Tank
ಕಾಷ್ಠ	(Kāṣṭha)	=	Stick
ಹುಚ್ಚ	(Huchcha)	=	A mad man
ಗಡ್ಡ	(Gaḍḍa)	=	A beard
ನೀಳ್ಗತೆ	(Nīlgathe)	=	A long story

Third group:-

ತ	ನ	ಮ	ಯ	ರ	ಲ	ರ	ಜ್ಞ
ta	na	ma	ya	ra	la	ra	jna
್ತ	್ನ	್ಮ	್ಯ	್ರ	್ಲ	ರ್	್ಜ್ಞ

'ಗಾಡಿಯು ನಮ್ಮೆಲ್ಲರನ್ನೂ ವರ್ಧಾದ ಆಸ್ಪತ್ರೆಗೆ ಒಯ್ಯುತ್ತಿತ್ತು.

Gāḍiyu Nammellarannū Wardhāda āspatrege Oyuttittu.

The cart was carrying all of us to the Wardha hospital.

Observe in the above example the letters ಮ (ma), ಲ (la), ನ (na), ರ (ra), ಯ (ya), and ತ (ta) (taken in order) when used as the second letter of the consonant cluster, are represented by the signs ್ನ, ್ಮ, ್ಯ, ್ಲ, ್ರ, and ್ತ respectively.

ಅನ್ನ	(Anna)	=	Cooked rice
ಸ್ನಾನ	(Snāna)	=	Bath
ತಮ್ಮ	(Thamma)	=	Younger brother
ಧ್ಯಾನ	(Dhyāna)	=	Meditation
ಬೆಲ್ಲ	(Bella)	=	Jaggery
ಧರ್ಮ	(Dharma)	=	Charity
ಅತ್ತೆ	(Atte)	=	Mother-in law
ಆಸ್ತಿ	(āsti)	=	Property
ಬೆನ್ನು	(Bennu)	=	The back
ಅಮ್ಮ	(Amma)	=	Mother
ಧಾನ್ಯ	(Dhānya)	=	Grains
ಇಲ್ಲ	(illa)	=	'No'
ಕರ್ಮ	(Karma)	=	Work, duty

The various forms of writing ರ (ra) in Kannada.

Observe the ೯s (ra) in these words.

ಚರ್ಮ (charma), ಛತ್ರ (chhatra), ಧರ್ಮಚಕ್ರ (Dharma chakra). The words 'ಚರ್ಮ' and 'ಧರ್ಮ' end with 'ಮ'. In both the cases 'ರ' is the initial consonant of the cluster (ರ್ಮ-ರ-ರ್ಮ) and is represented by the sign '೯'. Hence whenever a 'ರ' is found as the first consonant in the cluster, it is denoted by the sign '೯' and is written after the cluster, by the side of the letter as in. 'ಮರ್ಮ' (marma), ಕರ್ಮ (karma).

In the words ಛತ್ರ (chhatra) and ಚಕ್ರ (chakra) the 'ರ' sound is in the culminātion. In ಸ್ವಾತಂತ್ರ್ಯ (Swātantrya) the 'ರ' sound is in the middle of the cluster. In these cases i. e. when the ರ್ is found either as the end of a cluster or in the middle of it, it is represented by the sign '್ರ' which is written below the letter line.

Observe in the following examples how 'ರ್' is written in the beginning, the middle and the final position of the compound consonant.

ರ್ in the beginning place—ಮರ್ಮ (marma), ವರ್ಮ (varma), ಸೂರ್ಯ (sūrya), ಶೌರ್ಯ (śaurya), ಕರ್ಮ (karma)

ರ್ in the middle place—ಸ್ವಾತಂತ್ರ್ಯ (swātantrya)

ರ್ in the final place—ತಾಮ್ರ (tāmra), ಮಿಶ್ರ (miśra), ಸಹಸ್ರ (sahasra), ಧರ್ಮ (dharma),

ಕರ್ಮ (karma), ವರ್ಮ (varma), ಸೂರ್ಯ (sūrya) may also be written as ಧರ್ಮ (dharma), ಕರ್ಮ (karma), ವರ್ಮ (varma), ಸೂರ್ಯ (sūrya).

Read and write the following:

ಕಣ್ಣು	ಡಬ್ಬ	ತೊವ್ವೆ	ಇಷ್ಟು	ಮಜ್ಜಿಗೆ
ಬೆಣ್ಣೆ	ಒಬ್ಬ	ಹುವ್ವ	ಎಷ್ಟು	ಸಜ್ಜಿಗೆ
ಎಣ್ಣೆ	ಕೊಬ್ಬರಿ	ನೊವ್ವ	ಕಷ್ಟ	ಹೆಜ್ಜೇನು
ಹಣ್ಣು	ತಬ್ಬಲಿ	ಚಿನ್ನ	ಅದೃಷ್ಟ	ಅಣ್ಣ
ನುಣ್ಣು	ರುಬ್ಬು	ಬಣ್ಣ	ಗೊಬ್ಬರ	
ಆಸದ್ಧನ	ಬೆಕ್ಕು	ಅಕ್ಷರ	ಶುಷ್ಕ	
ಬುದ್ಧ	ಅಕ್ಕ	ಒಪ್ಪಿಗೆ	ಅಕ್ಷರ	
ಶುದ್ಧ	ಅಪ್ಪ	ತುಪ್ಪ	ಸಾಕ್ಷಾತ್ಕಾರ	
ಕಳ್ಳ	ಹುದ್ದು	ಆಲೂಗಡ್ಡೆ	ಕೆಚ್ಚಲು	
ಯಶಸ್ಸು	ಶುಲ್ಕ	ಗದ್ದಲ	ಮುಠ್ಠಾಳ	
ಆಪತ್ತು	ಬಚ್ಚಲು	ಶಬ್ದ	ಕಟ್ಟಗೆ	
ವರಿಷ್ಠ	ಪಶ್ಚಿಮ	ನಿದ್ದೆ	ನೆಟ್ಟಗೆ	
ತದ್ಭವ	ನಿಶ್ಶೇಷ	ವಸಿಷ್ಠ	ಕೊಟ್ಟಗೆ	
ವಾಗ್ಝರಿ	ಹಗ್ಗ	ಸಹಿಷ್ಣು	ಅಪ್ಪು	
	ಹೆಗ್ಗಳಿಕೆ	ತತ್ಸಮ		

LESSON 2

PRONUNCIATION

ಉಚ್ಚಾರಣೆ (Uchchāraṇe)

Every language has its own charecteristic peculiarities in pronouncing the letters. It is almost impossible to have mastery over it only with the help of books. So it is necessary to use one's ears also to have accurate knowledge in pronunciation. The learners should take help of a teacher for the purpose. Yet attempts will be made to make it clear and easy as far as practicable by mere writing.

ಅ (a) is pronounced as 'U' in 'CUP' and 'BUT'

ಆ (ā) is pronounced as 'A' in 'ARE', 'LARGE' 'CHARGE' 'STAR' etc.

ಇ (i) is pronounced as 'I' in 'IT' or 'BIT', 'IF'.

ಈ (ī) is pronounced as 'EA' in 'EAT' or EE in 'EEL', "KEEL".

ಉ (u) is pronounced as 'U' in 'FULL' or 'BULL'.

ಊ (ū) is pronounced as 'OO' in 'FOOL' or 'TOOL' or 'TOO'.

ಎ (e) is pronounced as 'E' in 'EGG' or 'END'.

ಏ (ē) is pronounced as 'A' in 'APE' or 'AGE'.

ಐ (aj) is pronounced as 'EY in 'EYE'.

ಒ (o) is pronounced as 'O' in 'ORIGINAL'.

ಓ (ō) is pronounced as 'O' in 'OLD' or 'GOLD', 'VOTE".

ಔ (au, ou) is pronounced as 'OU' in 'OUT' or 'OUNCE".

(ka) is pronounced as 'KA' in 'Kannada' or 'CU' in 'CUT' or 'KE' in 'KERB' or 'KE' in 'KERCHIEF' or 'KE' in 'KERNEL'.

ಖ (kha) is pronounced as 'KHA' in 'KHALIF'.

ಗ (ga) is pronounced as 'GU' in 'GUN' or 'GUM' 'GI' in 'GIRD' 'GIRL' or in 'GIRTH'.

ಘ (gha) is pronouuced as 'GHE' in 'GHERKIN'.

ಙ (nga) has the nasal sound of English 'NG'.

ಚ (cha) is pronounced as 'CHU' in 'CHURCH' or in 'CHURN' or in 'CHUCKLE'.

ಛ (chha) is pronounced as 'CHE' in 'CHESTNUT' or 'CHU' in 'CHUBBY' or 'CHUNK'.

ಜ (ja) is pronounced as 'JU' in 'JUG' or as 'GE' in 'GERM' or in 'GENERAL' or 'GENDER'

ಝ (jha) is pronounced as 'JHA' JHALA in (glare) or 'JHARI' (rivulet).

ಞ (nya) is a nasal consonant having almost no independent occurrence in the language.

ಟ (ṭa) is pronounced as 'TU' in 'TUB' or in 'TURN' or in 'TUNNEL' or as 'TE' in 'TERSE' or 'TERTIARY' or as 'TO' in 'TONGUE' or 'TONNAGE' or 'TOUCH' or 'TOUGH'.

ಠ (ṭha) has no similar sound in English. It is pronounced as an aspirated t

ಡ (ḍa) is pronounced as 'DU' in 'DUST' or 'DUSK' or 'DUTCH' or as 'DOU' in 'DOUBLE' or 'DO' in 'DOVE' or as 'DI' in 'DIRT'.

ಢ (ḍha) has mixed sound of D and H uttered all at once.

ಣ (ṇa) has no equivalent in any European language. It is never u l as an initial letter of a word. In uttering this letter the tongue should be turned back so as to strike the root of the mouth.

ತ (ta) is pronounced as 'THU' in 'THUMB' or as 'TOU' in 'TOUCH', or 'TOUGH' or as 'TU' in 'TURN' or 'TURNIP' or as 'THI' in 'THIRD', 'THIRST', 'THIRTY' or as 'TO' in 'TONGUE', 'TONNAGE'.

ಥ (tha) is pronounced as 'THU' in 'THUD' or 'THUMP', 'THUG'.

ದ (da) is pronounced as 'DU' in 'DUST' or 'DUCK' or in 'DULL' or as DI in 'DIRT' in 'DIET' or as 'DOU' in 'DOUBLE'

ಢ (Dha) has no similar English sound. It should be pronounced 'D' and 'H' uttered all at once.

ನ (na) is pronounced as 'NU' in 'NUN', 'NULL' or as 'NO' in 'NONE' or 'NE' in 'NERVE'

ಪ (pa) is pronounced as 'PU' in 'PULP' or 'PUN' or 'PULSE' or as 'PE' in 'PERFUME' 'PERFORM', 'PERCH' or as 'PI' in 'PIETY', 'PIOUS'.

ಫ (Pha) is pronounced as 'PHA' in 'PHARAOH' or "PHAROS" or as 'PHU' in 'PHUT'.

ಬ (Ba) is pronounced as 'BU' in 'BUT' or 'BUST' 'BUSTLE' or as 'BA' in 'BANANA' or 'BO' in 'BOROUGH' or as 'BE' in 'BERTH' or 'BESERK' or as 'BI' in 'BIOLOGY' or 'BIOGRAPHY'.

ಭ (Bha) has the sound of 'B' and 'H' uttered together as in 'BHARATH'

ಮ (Ma) is pronounced as 'MU' in 'MUST' or 'MUD', 'MUCK', "MUFFLE", 'MUDDLE' or as 'MO' in 'MONEY' or 'MONDAY' 'MOTHER', or as 'ME' in 'MERCY', 'MERCHANT'.

ಯ (ya) is pronounced as 'YOU' in 'YOUNG' as 'YE' in 'YET' 'YESTERDAY'

ರ (Ra) is pronounced as 'RU' in 'RUN' or as 'ROU' in 'ROUGH' or 'ROUGHAGE'

ಲ (La) is pronounced as 'LU' in 'LUCK' 'LUST'. or as 'LO' in "LOVE" or as 'LI' in LIAR.

ವ (va) is pronounced as 'VU' in "VULTURE" or as WO' in WORK.

ಶ (Sa or Sha) is pronounced as 'SH' "SHUS" or "SHUN" or 'SHA' in SHALL.

ಷ (ṣa) is pronounced as 'SH' in English or as 'TION' in "FUNCTION."

Note:

The two alphabets 'ಶ' (sa) and ಷ (ṣa) used rarely in Sanskrit words are current in kannada and both are represented by the same letter. However to note the difference, ಶ is represented in transliteration by (Sa) or (Sha) and ಷ by ṣa. Observe carefully the difference in pronouncing (i) ಲ-ಳ, (ii) ನ-ಣ, (iii) ತ-ಟ, (iv) ದ-ಡ While pronouncing the first letters i. e. (ಲ), (ನ), (ತ), (ದ) the tip of the tongue touches the front part of the palate whereas, while pronouncing (ಳ), (ಣ), (ಟ), (ಡ) the tip of the tongue is turṇed back and made to press the back portion of the palate.

ಸ (Sa) is pronounced as 'SU' in "SUN" "SUCK" or as 'SO' in "SOME" or "SON".

ಹ (Ha) is pronounced as 'HU' in "HUT" "HUSK."

ಳ (ḷa) This is peculiar to kannada and other Dravidian languages with no comparison in English.

Naḷa   Saḷa   etc.
ನಳ   ಸಳ

Name of a king)   (Founder of a kingdom)

(Ha) This sign represents a sound very near) to 'HA' (not ಹ) and is known as (visarga)

Read this visarga in the following·

ಪುನಃ   Punaha   = Again
ಶಾಂತಿಃ   Shāntihi   = Peace

A visarga when followed by 'ಕ' or ಪ takes the sound similar to the following 'ಕ' or 'ಪ' as in.

ಅಂತಃಕಲಹ   Antak-kalaha   = quarrel within the group.
ಪುನಃ ಪುನಃ   Punap-punaha   = Again and Again.

Rare letters:

These are mainly used in Sanskrit words current in kannada.

ಋ (ṛ)   ಋಣ   ṛna   = Obligation.
    ಋತು   ṛtu   = A season
    ಋಷಭ   ṛshabha = Name of a sage
ೠ (ṝ)   ೠಕಾರ   ṝūkāra = The letter 'ೠ'

ASPIRATED AND UNASPIRATED FORMS

ಖ	ಛ	ಠ	ಥ	ಫ	ಘ
Kha	Cha	ṭha	Tha	Pha	Gha
ಝ	ಢ	ಧ	ಭ		
Jha	dha	Dhạ	Bha		

To pronounce ಕ, ಚ, ಟ, ತ, ಪ, ಗ, ಜ, ಡ, ದ, ಬ we require little breath and these are known as the "Alpaprānagalu" (ಅಲ್ಪ ಪ್ರಾಣಗಳು) or the unaspirated consonants. All these ten consonants have the corresponding *aspirated forms,* which are called "Mahā prānagalu" (ಮಹಾ ಪ್ರಾಣ ಗಳು") compare the following unaspirated and aspirated forms:

ಕ-ಖ; ಚ-ಛ; ಟ-ಠ; ತ-ಥ; ಪ-ಫ; ಗ-ಘ;
ಜ-ಝ; ಡ-ಢ; ದ-ಧ; ಬ-ಭ

Note:- All aspirated consonants except (ಖ) and (ಠ) have a vertical bottom stroke.

Read:

ಭಾರತ	Bhāratha	India
ಛತ್ರಿ	Chatri	an umbrella
ಗಾಢ	Ghāḍha	thick
ರಥ	Ratha	A chariot
ಸಖ	Sakha	A friend
ಸುಖ	Sukha	Happiness
ಮುಖ	Mukha	Face
ಪಠನ	Paṭhana	recital
ಧನ	Dhana	Money

(O)—Anuswāra

WONDER	BUMPER	HUM
(ವಂ)ಡರ್	(ಬಂ)ಪರ್	ಹಂ

In kannada we use a zero 'o' to represent a nasal sound. This is known as Anusvāra (ಅನುಸ್ವಾರ). It sounds a 'M' or a 'N' with any vowel depending upon the consonant that follows.

Obeserve M' sound here.

UMPIRE =(ಅಂ) PIRE; EMPIRE =(ಎಂ) PIRE;
IMBIBE =(ಇಂ) BIBE; IMPULSE =(ಇಂ) PULSE

Observe 'N' sound in the following examples when the following consonant is, T, 'D', 'K', 'G', 'C', or (J)

INTER = (ಇಂ) TER	UNTIL =(ಅಂ) TIL
UNCLE = (ಅಂ) CLE	UNDER =(ಅಂ) DER
INCH =(ಇಂ) CH	INK = (ಇಂ) K
ENGLISH = (ಇಂ)GLISH	ENJOY =(ಎಂ) JOY

Practise

ಮೇಲ್ಜಾತಿಯವರಿಗಷ್ಟೇ ಮೀಸಲಾಗಿದ್ದ ವಿದ್ಯಾಭ್ಯಾಸವು ಜಾತಿಭೇದ, ಲಿಂಗಭೇದವಿಲ್ಲದೆ ಎಲ್ಲರಿಗೂ ದೊರೆಯುವಂತಾದುದು ಬಾಸೆಲ್ ಮಿಷನ್ ನಿಂದ. ಮಿಷನರಿಗಳು ತಮ್ಮ ತನು, ಮನ, ಧನಗಳನ್ನೇ ನಾಡಿನ ಏಳಿಗೆ ಗಾಗಿ ಮುಡಿಪಾಗಿಟ್ಟರು. ಜೀವನ ಕಾಲವನ್ನೇ ನಾಡಿಗಾಗಿ ತೆರವಿಟ್ಟರು. ವಿಧವೆಯರಿಗೆ ವೃತ್ತಿಸೌಲಭ್ಯ, ಮಹಿಳೆಯರಿಗೆ ಸಮಾಜದಲ್ಲಿ ಸಮಾನಾವ ಕಾಶಕ್ಕಾಗಿ ಬಾಸೆಲ್ ಮಿಷನ್ ಒಂದೂವರೆ ಶತಮಾನಕ್ಕೂ ಹಿಂದೆ ಶ್ರಮಿ ಸಿದೆ. ಅದಕ್ಕಾಗಿ ಹೋರಾಟ ನಡೆಸಿದೆ. ದೀನ ದಲಿತರ, ದುರ್ಬಲರ, ನಿಮ್ನ, ಪರಿಶಿಷ್ಟರ, ತೀವ್ರ ರೋಗಗಳಿಂದ ಬಳಲುತ್ತಿರುವವರ ಸೇವೆ ಗಾಗಿ ಶ್ರಮಿಸಿದ ಮಿಷನ್ ದಕ್ಷಿಣಕನ್ನಡ ಜಿಲ್ಲೆಯ ಜನಜೀವನದಲ್ಲಿ ಪ್ರಮುಖ ಸ್ಥಾನವನ್ನು ಗಳಿಸಿದೆ.

LESSON 3

Nouns and pronouns

ನಾಮಪದಗಳು ಮತ್ತು ಸರ್ವನಾಮಗಳು

(Nāmapadagaḷu mattu sarvanāmagaḷu)

Kannada words can be conveniently grouped into 1) Nouns, 2) Pronouns, 3) Verbs, 4) Adjectives, 5) Adverbs and 6) Indeclinables consisting of conjunctions, interjections, and participles. We shall discuss them one by one.

Examine the following sentences:

1) ವ್ಯಾಸನು ಮಹಾಭಾರತವನ್ನು ಬರೆದನು.

(Vyāsanu mahābhāratavannu baredanu)

Vyasa wrote the *Mahabharata*.

2) ವಜ್ರವನ್ನು ವಜ್ರದಿಂದ ಕತ್ತರಿಸಬೇಕು.

(Vajravannu Vajradinda Kattarisabēku)

Diamond should be cut with a diamond.

3) ಬಾಲಕನ ಕೈಯಲ್ಲಿ ರೂಪಾಯಿ ಇದೆ.

(Bālakana kaiyalli rūpayi ide.)

There is a rupee in the hand of the boy.

The words that can tell about a person a thing or a place are known as nouns A noun in kannada is known as 'ನಾಮಪದ' (Nāmapada). In English the case of a noun is generally indicated by the position of the noun or by prepositions like 'with', 'to', 'in', 'of' as used in the above examples.

with a diamond = ವಜ್ರದಿಂದ (vajradinda)(ಇಂದ, inda)
in the hand = ಕೈಯಲ್ಲಿ (kaiyalli) (ಅಲ್ಲಿ, alli)
of the boy = ಬಾಲಕನ (bālakana) (ಅ, a)

Notice that in kannada, the cases are indicated by case suffixes like 'ಇಂದ (inda)' 'ಅಕ್ಕೆ (akke)', 'ಅಲ್ಲಿ (alli)', 'ಅ (a)' etc. and the case suffix is found at the end of a noun.

Study the following sentences and note the different suffixes used. The corresponding kannada and english nouns are italicised.

ಬೆಕ್ಕು ಇಲಿಗಳನ್ನು ಹಿಡಿಯುತ್ತದೆ
(Bekku iligaḷannu hidiyuttade)
The cat catches *mice*
ಅವಳ ಪುಸ್ತಕ ಎಲ್ಲಿ, ನನ್ನ ಪುಸ್ತಕಗಳು ಎಲ್ಲಿ?
(Avaḷa pustaka elli, nanna pustakagaḷu elli?)
where is her *book*, where are my *books*?
ಆ ಬಾಲಕನು ನಮ್ಮ ಚೆಂಡನ್ನು ಎಸೆದನು
(ā bālakanu namma chenḍannu esedanu)
That boy threw *our ball.*
ಮಕ್ಕಳನ್ನು ಬೆತ್ತದಿಂದ ಹೊಡೆಯಬೇಡಿ
(Makkaḷannu bettadinda hoḍeyabēḍi)
Do not beat thechildren *with a cane.*

ಊರಿಗೆ ಬಂದವನು ನಮ್ಮ ಮನೆಗೆ ಬರುವುದಿಲ್ಲವೆ?
(ōrige bandavanu namma manege baruvu dillave?)
Having come *to town* will he not come to our *house*?

ಮರದ ಕಂಬಕ್ಕೆ ತೋರಣವನ್ನು ಕಟ್ಟು
(Marada kambakke toraṇavannu kaṭṭu)
Tie the *buntings* to the *wooden post*

ಅವನ ಪುಸ್ತಕದ ಗಾತ್ರವನ್ನು ನೋಡು
(Avana pustakada gātravannu nōdu)
Look *at the size* of his *book.*

ಹತ್ತು ಅಂಗಡಿಯಲ್ಲಿ ಕೇಳಿ ಒಂದು ಅಂಗಡಿಯಲ್ಲಿ ಕೊಂಡುಕೊ.
(Hattu angāḍigaḷalli kēḷi ondu angaḍiyalli konḍuko)
Enquire *in ten shops* and buy *from* one *shop*

ನಾನು ದೊಡ್ಡವನು, ಅವಳು ಚಿಕ್ಕವಳು
(Nānu doḍḍavanu, avaḷu chikkavaḷu)
I am elder, *she* is younger.

ಹಾಗೆಂದು ನಿನಗೆ ಯಾರು ಹೇಳಿದರು
(Hāgendu ninage yāru hēḷidaru?)
Who told you so?

ನದಿಯು ಸಾಗರಕ್ಕೆ ಹರಿಯುತ್ತದೆ
(Nadiyu Sāgarakke Hariyuttade)
The river flows *into the ocean.*

ನಾನು	Nānu	I
ನೀನು	Nīnu	you sing.
ಅವನು	Avanu	He
ನಾವು	Nāvu	We
ನೀವು	Nivu	you plu.
ಅವರು	Avaru	they
ಅವಳು	Avaḷu	She
ಅದು	Adu	That
ಇದು	Idu	This
ಅವು	Avu	They
ಇವು	Ivu	These
ಯಾರು	Yāru	Who
ಏನು	ēnu	What
ಎಷ್ಟು	Eṣtu	How much
ಅಷ್ಟು	Aṣtu	That much
ಇಷ್ಟು	Iṣtu	This much
ತಾನೆ	Tāne	Himself, Herself
ತಾವೆ	Tāve	Themselves

THE USE OF ತಾವು (thāvu)

For addressing a respecteble person or a new acquaintance the forms of ತಾವು (thāvu) should be used. The different forms of Cases of ತಾವು are given below

N. C	ತಾವು	You
O. C.	ತಮ್ಮನ್ನು	You
L. C.	ತಮ್ಮಿಂದ	By you
	ತಮ್ಮಲ್ಲಿ	With you
D. C.	ತಮಗಾಗಿ ತಮಗೋಸ್ಕರ	For you
A. C.	ತಮ್ಮಿಂದ	From you
	ತಮಗಿಂತ	Than you
P. C.	ತಮ್ಮ	Of you
	ತಮಗೆ	To you
L. C.	ತಮ್ಮಲ್ಲಿ ತಮ್ಮೊಳಗೆ	In you
	ತಮ್ಮ ಮೇಲೆ	On you

PRONOUNS WITH CASE ENDINGS

ಸರ್ವನಾಮ ವಿಭಕ್ತಿಗಳು

Case - ವಿಭಕ್ತಿ	I Person-ಉತ್ತಮಪುರುಷ		II Person-ಮಧ್ಯಮಪುರುಷ		III Person ಪ್ರಥಮಪುರುಷ	
	Singular ಏಕವಚನ	Plural ಬಿಹುವಚನ	Singular ಏಕವಚನ	Plural ಬಹುವಚನ	Singular ಏಕವಚನ	Plural ಬಹುವಚನ
Nominative ಪ್ರಥಮಾ	ನಾನು I	ನಾವು We	ನೀನು You	ನೀವು You	ಅವನು-ಆತ He ಅವಳು-ಆಕೆ She	ಅವರು They
Objective ದ್ವಿತೀಯಾ	ನನ್ನನ್ನು Me	ನಮ್ಮನ್ನು Us	ನಿನ್ನನ್ನು You	ನಿಮ್ಮನ್ನು You	ಅವನನ್ನು ಆತನನ್ನು Him ಅವಳನ್ನು ಆಕೆಯನ್ನು Her	ಅವರನ್ನು Them
Instrumental ತೃತೀಯಾ	ನನ್ನಿಂದ By me	ನಮ್ಮಿಂದ By us	ನಿನ್ನಿಂದ By you	ನಿಮ್ಮಿಂದ By you	ಅವನಿಂದ By him	ಅವರಿಂದ By them

ಷಷ್ಠಿ	Of me	Of us	Of you	Of you	Of his ಅವಳ Of her	Of them
	ನನಗೆ To me	ನಮಗೆ To us	ನಿನಗೆ To you	ನಿಮಗೆ To you	ಅವನಿಗೆ To him ಅವಳಿಗೆ To her	ಅವರಿಗೆ To them
Locative ಸಪ್ತಮೀ	ನನ್ನಲ್ಲಿ In me	ನಮ್ಮಲ್ಲಿ In us	ನಿನ್ನಲ್ಲಿ In you	ನಿಮ್ಮಲ್ಲಿ In you	ಅವನಲ್ಲಿ In him ಅವಳಲ್ಲಿ In her	ಅವರಲ್ಲಿ In them
	ನನ್ನ ಮೇಲೆ On me	ನಮ್ಮ ಮೇಲೆ On us	ನಿನ್ನ ಮೇಲೆ On you	ನಿಮ್ಮ ಮೇಲೆ On you	ಅವನಮೇಲೆ On him ಅವಳ ಮೇಲೆ On her	ಅವರ.ಮೇಲೆ On them
	ನನ್ನೊಂದಿಗ With me	ನಮ್ಮೊಂದಿಗೆ With us	ನಿನ್ನೊಂದಿಗ With you	ನಿಮ್ಮೊಂದಿಗ With you	ಅವನೊಂದಿಗೆ ಆತನೊಂದಿಗೆ With him ಅವಳೊಂದಿಗೆ ಆಕೆಯೊಂದಿಗೆ With her	ಅವರೊಂದಿಗ With them

Case - ವಿಭಕ್ತಿ	I Person - ಉತ್ತಮಪುರುಷ		II Person-ಮಧ್ಯಮಪುರುಷ		III Person-ಪ್ರಥಮಪುರುಷ	
	Singular ಏಕವಚನ	Plural ಬಹುವಚನ	Singular ಏಕವಚನ	Plural ಬಹುವಚನ	Singular ಏಕವಚನ	Plural ಬಹುವಚನ
Dative ಚತುರ್ಥೀ	ನನಗಾಗಿ ನನಗೋಸ್ಕರ For me	ನಮಗಾಗಿ ನಮಗೋಸ್ಕರ For us	ನಿನಗಾಗಿ ನಿನಗೋಸ್ಕರ For you	ನಿಮಗಾಗಿ ನಿಮಗೋಸ್ಕರ For you	ಅವನಿಗಾಗಿ ಅವರಿಗೋಸ್ಕರ For him	ಅವರಿಗಾಗಿ ಅವರಿಗೋಸ್ಕರ For them
Ablative ಪಂಚಮಿ	ನನ್ನಿಂದ ನನ್ನ ಮೂಲಕ From me ನನಗಿಂತ Than me	ನಮ್ಮಿಂದ ನಮ್ಮ ಮೂಲಕ From us ನಮಗಿಂತ Than us	ನಿನ್ನಿಂದ ನಿನ್ನ ಮೂಲಕ From you ನಿನಗಿಂತ Than you	ನಿಮ್ಮಿಂದ ನಿಮ್ಮ ಮೂಲಕ From you ನಿಮಗಿಂತ Than you	ಅವನಿಂದ From him ಅವಳಿಂದ From her ಅವನಿಗಿಂತ Than him ಅವಳಿಗಿಂತ Than her	ಅವರಿಂದ From them ಅವರಿಗಿಂತ Than them

LESSON 4

GENDER

Examine the following sentences

1. ಅವನು ಹುಡುಗ. ಅವಳು ಹುಡುಗಿ.

(Avanu huḍuga, avaḷu huḍugi).

He is a boy, She is a girl.

2. ಜಾಣ ಅರಸನು ಜಾಣೆ ಅರಸಿಯನ್ನು ಮದುವೆಯಾದನು.

(Jāṇa arasanu Jāṇe arasiyannu maduveyādanu)

The clever King married the clever queen.

3 ಅಗಸ, ಅಗಸಗಿತ್ತಿ ಇಬ್ಬರೂ ಊರಿಗೆ ಹೋದರು.

(Agasa, agasagithi ibbarū ūrige hōdaru)

The washerman and the washerwoman both went to their town.

4. ಮಗನಾಗಲಿ, ಮಗಳಾಗಲಿ ತಾಯಿ ತಂದೆಯರಿಗೆ ಪ್ರೀತಿ ಪಾತ್ರರು.

(Maganāgali, Magaḷagali tāi tandeyarige prīti pātraru

whether it is the son or the daughter both are beloved to the parents.

As in English, in Kannada also there are three genders and two numbers. A noun can be one of the three genders namely Masculine. ಪುಲ್ಲಿಂಗ (pullinga), Feminine-ಸ್ತ್ರೀಲಿಂಗ (strīlinga), and neuter-ನಪುಂಸಕ (napumsaka)

Only human beings are classified into masculine and Feminine genders. All other nouns are classified as neuter gender.

'ಇ' (i), 'ಎ' (e), 'ಇತಿ' (itti), 'ಅಳು' (aḷu) are generally added to the masculine form to get the feminine form as in the following examples:

Masculine form	Suffix	Feminine form
ಹುಡುಗ Huḍuga	ಇ i	ಹುಡುಗಿ Huḍugi
ಅರಸ Arasa	ಇ i	ಅರಸಿ Arasi
ಜಾಣ Jāṇa	ಎ e	ಜಾಣೆ Jāṇe
ಅಗಸ Agasa	ಗಿತ್ತಿ githi	ಅಗಸಗಿತ್ತಿ Agasagithi
ಅವ(ನು) Avanu	ಅಳು aḷu	ಅವಳು avaḷu

The male and female animals are sometimes differentiated by separate words as in:

ಆಡು	(āḍu)	She goat
ಹೋತ	(Hōta)	He goat
ಕುರಿ	(Kuri)	Sheep
ಟಗರು	(Tagaru)	Ram
ಕೋಳಿ	(Koḷi)	Hen
ಹುಂಜ	(Hunja)	Cock
ಹಸು	(Hasu)	Cow

ಎಮ್ಮೆ (Emme) She buffalo

ಕೋಣ (Kōṇa) He buffalo

Generally the names of the animals are considered as nouns of neuter gender. However by use of prefixes like 'ಗಂಡು' (Gaṇḍu) male, ಹೆಣ್ಣು (Heṇṇu) female we can group such animals into masculine and feminine genders respectively.

Examples:—

ಗಂಡು ನಾಯಿ (Gaṇḍu nāyi) Dog

ಹೆಣ್ಣು ನಾಯಿ (Heṇṇu nāyi) Bitch

ಗಂಡಾನೆ (Gaṇḍāne) A Tusker

ಹೆಣ್ಣಾನೆ (Heṇṇane) A female elephant

ಗಂಡು ಪಾರಿವಾಳ (Gandu Pārivāḷa) A male pigeon

ಹೆಣ್ಣು ಪಾರಿವಾಳ (Heṇṇu Pārivāḷa) A female pigeon

Read the following sentences and note the feminine sufixes used:

'ಇ' ಕುರುಡನು ಕುರುಡಿಯನ್ನು ಮದುವೆಯಾದನು.

'(i)' *Kuruḍanu kuruḍi*yannu maduveyaḍanu.

'ಎ' ಅವನು ಐಶ್ವರ್ಯವಂತ, ಅವಳೂ ಐಶ್ವರ್ಯವಂತೆ.

'e' He is *rich*, She is also *rich*

'ಇತ್ತಿ' ಮದುವಣಿಗನು ಮದುವಣಗಿತ್ತಿಯನ್ನು ನೋಡಿದನು

'itti' *Maduvaniganu*, *maduvanagitti*yannu nōḍidanu

The *bridegroom* saw the *bride*.

'ಅಳು' ಅವನಿಗೆ ಮೊದಲನೆಯವನು **ಮಗ**, ಎರಡನೆಯವಳು **ಮಗಳು.**

'aḷu' Avanige modalaneyavanu *maga*; eraḍaneyavaḷu *magaḷu*.

For him the first one is a *son* and the second a *daughter*.

'ನಿ' **ವಿದ್ಯಾರ್ಥಿ, ವಿದ್ಯಾರ್ಥಿ**ನಿಯರು ಭಾಷಣಕ್ಕೆ ಬಂದಿದ್ದರು.

'ni' *Vidyārthi*, *vidyārthiniyaru* bhāṣanakke bandiddaru.

Boy students and the *girl students* had come for the lecture.

'ಗಾರ್ತಿ' **ಬೇಟೆಗಾರನು ಬೇಟೆಗಾರ್ತಿ**ಯು ಜೊತೆಯಲ್ಲಿ ಬೇಟೆಗೆ ಹೋದನು.

'gārthi' *Bēṭegāranu* *bēṭegārtiya* joteyalli *bēṭege* hōdanu.

The *hunter* went for a *hunt* along with the *huntress*.

LESSON 5

NUMBERS

A noun can be used in two numbers, in singular and plural as in:

ಒಬ್ಬರಿಗೆ ಒಂದು ಹಣ್ಣು ಕೊಟ್ಟರೆ ಹನ್ನೆರಡು ಜನರಿಗೆ ಹನ್ನೆರಡು ಹಣ್ಣುಗಳು ಬೇಕಾಗುತ್ತವೆ.

Obbarige ondu haṇṇu koṭṭare hanneraḍu janarige hanneradu haṇṇugaḷu bēkāguttave. If we give a *fruit* a person we require twelve *fruits* for twelve persons.

The suffixes 's' and 'es' etc, are added to English singular nouns to make them plurals Examples:

Boy → Boys; Girl → Girls Ass → Asses

Similarly 'ಗಳು' (gaḷu), 'ಅರು' (aru), and 'ಅಂದಿರು' andiru) are added to kannada singular nouns to make them plurals.

ಅರು (aru)

ಸೊಸೆ (sose) Daughter-in-law,

ಸೊಸೆಯರು (soseyaru) Daughters-in-law

ಹುಡುಗ (Huḍuga) Boy, ಹುಡುಗರು (huḍugaru) boys

ಹುಡುಗಿ (Huḍugi) girl, ಹುಡುಗಿಯರು hudugiyaru) girls

ಸ್ನೇಹಿತ (snēhita) Friend, ಸ್ನೇಹಿತರು (snēhitaru) friends

ಗಳು (gaḷu)

ಮನೆ (Mane) House, ಮನೆಗಳು (Manegaḷu) houses
ಗಿಳಿ (giḷi) Parrot, ಗಿಳಿಗಳು (giḷigaḷu) parrots
ಹಸು (hasu) Cow, ಹಸುಗಳು (hasugaḷu) cows
ಮರ (Mara) Tree, ಮರಗಳು (maragaḷu) Trees

ಅವು (avu)

ಚಿಕ್ಕದು (chikkadu) small one,
ಚಿಕ್ಕವು (chikkavu) small ones
ದೊಡ್ಡದು (Doḍḍadu) big one,
ದೊಡ್ಡವು (Doḍḍavu) big ones
ಎಳೆಯದು (yeḷeyadu) young one
ಎಳೆಯವು (yeḷeyavu) young ones

ಅಂದಿರು (andiru).

ಅಣ್ಣ (aṇṇa) elder brother,
ಅಣ್ಣಂದಿರು (aṇṇandiru) elder brothers
ತಮ್ಮ (tamma) younger brother,
ತಮ್ಮಂದಿರು (tammandiru) younger brothers
ಅಳಿಯ (aḷiya) Son-in-law.
ಅಳಿಯಂದಿರು (aḷiyandiru) Sons-in-law

Generally 'ಅರು' (aru) is added to masculine and feminine genders, 'ಗಳು' (gaḷu) to the neuter gender, 'ಅವು' (avu) tothe adjectives and 'ಅಂದಿರು' (andiru) to nouns describing relationship. 'ಗಳು' 'ಅರು', 'ಅವು' and 'ಅಂದಿರು' are the plural suffixes. Words ending with 'ಇ' and 'ಉ' take 'ಗಳು' (gaḷu) instead of 'ಅರು' (aru) in both masculine and feminine genders

Examples:

ಋಷಿ (Riṣi)-sage, ಋಷಿಗಳು (Riṣigalu)-sages.

ಕಲಿ (Kali)-Hero, ಕಲಿಗಳು (Kaligaḷu)-Heroes.

ಆ ಗುಡಿಯಲ್ಲಿ ಐವರು ಗುರುಗಳಿದ್ದಾರೆ.

ā guḍiyalli aivaru gurugaḷiddāre.

There are five preceptors in that temple

ನಮ್ಮ ತಂದೆ ಬಂದರು. (Namma tande bandaru).

My (lit: our) father came.

ಆತನನ್ನು ನಾನು ನೋಡಿದ್ದೇನೆ.

(ātanannu nānu nōḍiddēne)

I have seen him

Plural forms like 'ಗುರುಗಳು', 'ನಮ್ಮ ತಂದೆ' are used to show respect, but they convey singular sense. It is very usual in Kannada, unlike in English, to use plural form of a noun as a mark of respect and consequently the plural verb form is used. 'ಅವರು' (avaru) is the plural of both 'ಅವನು' (avanu) and ಅವಳು (avaḷu). ಆತ (āta)-He, that man; ಈತ (īta)-He, this man convey a sort of respect. The degree of respect shown by 'ಆತ' or 'ಈತ' is more than that shown by 'ಅವನು' (avanu) or 'ಇವನು' (ivanu) and less than ಅವರು (avaru). Similarly 'ಆಕೆ' (āke) feminine of 'ಆತ' and ಈಕೆ (īke) feminine of 'ಈತ' (īta) are used.

ಕಾಡಿನಲ್ಲಿ ಆನೆ ಇವೆ. ಕಾಡಿನಲ್ಲಿ **ಆನೆಗಳು** ಇವೆ.

(Kādinalli ā*ne* ive, Kādinalli ā*negaḷu* ive)

There are elephants in the forest.

ತೋಟದಲ್ಲಿ **ಮಾವಿನಗಿಡ** ಇವೆ. ತೋಟದಲ್ಲಿ **ಮಾವಿನಗಿಡಗಳು** ಇವೆ.

(Tōtadalli *māvinagida* ive, Tōtadalli *māvinagidagaḷu* ive)

There are mango trees in the garden.

Notice that 'ಆನೆ' (āne) and 'ಗಿಡ' (gida) are used in the sense 'ಆನೆಗಳು' (ānegaḷu) and 'ಗಿಡಗಳು' (gidagaḷu) respectively Sometimes when things are in a group the singular form of the noun is used in plural sense also.

Study the following translations observing the gender and number of the nouns printed in thick types

ಅವನಿಗೆ **ಮಗನೂ** ಇಲ್ಲ, **ಮಗಳೂ** ಇಲ್ಲ.

(Avanige *magan*ū illa, *magaḷ*ū illa)

He has neither son nor daughter.

ಇಲ್ಲಿ **ಅಧ್ಯಾಪಕರೂ** ಇದ್ದಾರೆ, **ಅಧ್ಯಾಪಕಿಯರೂ** ಇದ್ದಾರೆ.

(Illi *adhyāpakar*ū iddare, *adhyāpakiyar*ū iddare)

Here there are *men teachers* as well as *women teachers*.

ಪಳಗಿದ ಆನೆಯ ಸಹಾಯದಿಂದ **ಕಾಡಾನೆಗಳನ್ನು** ಪಳಗಿಸುತ್ತಾರೆ.

(*paḷagida* āney*a* sahayadinda *kādāne-galannu* paḷagisuttare)

Wild elephants are tamed with the help of tamed elephant.

ಅಣ್ಣಂದಿರು ತಮ್ಮಂದಿರನ್ನು ಸರಿಯಾದ ಮಾರ್ಗದಲ್ಲಿ ತೆಗೆದುಕೊಂಡು ಹೋಗಬೇಕು.

(Aṇṇandiru tammandirannu sariyāda mārgadalli tegedukonḍu hōgabēku)

The elder brother should guide their younger brothers along the right path.

ಬಾಲಕರು ತಮ್ಮ ತರಗತಿಯ **ಉಪಾಧ್ಯಾಯರನ್ನು** ಮೊದಲು ವಂದಿಸಿದರು, ಆಮೇಲೆ ಉಳಿದ ಎಲ್ಲ **ಉಪಾಧ್ಯಾಯರುಗಳನ್ನು** ವಂದಿಸಿದರು.

(Balakaru tamma taragatiya *upādhyārannu* modalu vandisidaru āmēle uḷida ella *upādhyārugaḷannu* vandisidaru)

The boys greeṭed their *class teacher* first and then all other teachers.

ಮರದ ಮೇಲೆ **ಹಕ್ಕಿಗಳು** ಮತ್ತು **ಕೋತಿಗಳು** ಇವೆ.

(Maradamēle *hakkigaḷu* mattu *kōtigaḷu ive*)

There are *birds* and *monkeys* on the tree.

ಕಲಿಗಳೂ ಆ ಶಬ್ದಕ್ಕೆ ಹೆದರಿದರು.

(Kaligaḷū ā śabdakke hedaridaru)

Even the heros were frighṭened by that sound

ವಧುಗಳು ಚೆನ್ನಾಗಿ ಶೃಂಗರಿಸಿಕೊಂಡಿದ್ದಾರೆ.

(*Vadhugaḷu* chennāgi śringarisikonḍiddare)

The *brides* have dressed themselves well.

ದೇವರಿಗೆ **ಸ್ತ್ರೀಯರು ಪುರುಷರು** ಎಂಬ ಭೇದವಿಲ್ಲ.

(Dēvarige *striyaru purusharu* emba bhēdavilla)

God does not descriminate between *man* and *women*.

LESSON 6

THE VERBS

Words which indicate an action or a piece of work done are called verbs. The kannada verb is 'ಕ್ರಿಯಾಪದ' (Kriyāpada). The simplest form of a verb is its root. This is a base verb, known as a 'ಧಾತು' (Dhātu) in kannada. Here are some examples of roots (verbs).

ನೀನು ಹಾಡು	(Nīnu Hāḍu)	(you)	Sing
ನೀನು ಕೊಡು	(Nīnu Koḍu)	(you)	Give
ನೀನು ಬರೆ	(Nīnu Bare)	(you)	Write
ನೀನು ಬಾ	(Nīnu bā)	(you)	Come
ನೀನು ನಗು	(Nīnu Nagu	(you)	Laugh
ನೀನು ಮಾಡು	(Nīnu Mādu)	(you)	Do

Thus both in Kannada and English the verb root denotes the second person singular imperative. In English it is both singular and plural. But in Kannada the personal suffix 'ಇರಿ' (iri) or 'ಇ' (yi) is added to convey the plural meaning as in the following examples.

ನೀವು	ಏಳಿರಿ	(ಏಳಿ)	[Nīvu ēḷiri	(ēḷi)],
,,	ಹಾಡಿರಿ	(ಹಾಡಿ)	[Hāḍiri	(Hāḍi)]
,,	ನಗಿರಿ	(ನಗಿ)	[Nagiri	(Nagi)]
,,	ಹೋಗಿರಿ	(ಹೋಗಿ)	[Hōgiri	(Hōgi)]
,,	ಕೊಡಿರಿ	(ಕೊಡಿ)	[Koḍiri	(Koḍi)]

Examine the following sentences and observe the verbs:

ನಾನು ಇಂದು ಸಿನೆಮಾಕ್ಕೆ ಹೋಗುತ್ತೇನೆ(Nānu indu sinemākke hōguttēne)—Today I *go* to a film show.

ಅವರು ನಾಳೆ ಮದರಾಸಿಗೆ ಹೋಗುವರು (Avaru nāḷe madarāsige Hōguvaru)—Tomorrow they *go* to Madras.

ನಾನು ನಿನ್ನೆ ಪತ್ರವನ್ನು ಬರೆದೆನು (Nānu ninne patravannu baredenu) I *wrote* a letter yesterday.

The above verbs can be split into their Components thus:

(Note:- T. S. = Tense suffix; P. S. = Personal suffix)

ಹೋಗುತ್ತೇನೆ → ಹೋಗು+ಉತ್ತ+ಏನೆ

Hōguttēnne→ Hōgu+utta+ēne

(Root+present T. S.+P. S.

ಹೋಗುವರು → ಹೋಗು+ವ+ರು

Hōguvaru → Hōgu+va+ru

(Root+Future T. S.+P. S

ಬರೆದೆನು → ಬರೆ+ದ+ಎನು

Baredenu → Bare+da+enu

(Root+Past T. S.+P. S

Notice in the above examples that specific tense suffixes "ಉತ್ತ" (utta), 'ವ' (va), 'ದ' (da), are added to the verb root to indicate the tense of the verb and then the personal suffixes like 'ಏನೆ' (ēne), 'ರು' (ru) and 'ಎನು' (enu) to indicate the person and number.

Study the following verb forms:

Past

ಅವನು ನುಡಿ ದ ನು ನುಡಿದನು. He spoke.

(Avanu) (Nudi) (da) (nu) Nudidanu

Present

ಅವನು ಬರೆ (ಯು) ತ್ತಾ ನೆ ಬರೆಯುತ್ತಾನೆ. He writes.

(Avanu) (Bare) (yu) ttā (ne) Bareyuttāne

Future

ಅವನು ಕುಡಿ ಯು ವ ನು ಕುಡಿಯುವನು. He will drink.

(Avanu) (Kudi)(yu) va (nu) (Kudiyuvanu)

Past

ಅವಳು ನುಡಿ ದ ಳು ನುಡಿದಳು. She spoke.

(Avaḷu) (nuḍi) (da) (ḷu) (Nuḍidaḷu)

Present

ಅವಳು ಬರೆ (ಯು) ತ್ತಾ ಳೆ ಬರೆಯುತ್ತಾಳೆ. She writes.

(Avaḷu) (Bare) (yu) ttā (ḷe) (Bareyuttāle)

Future

ಅವಳು ಕುಡಿ ಯು ವ ಳು ಕುಡಿಯುವಳು. She will drink.

(Avalu) (kudi) (yu) va (lu) (Kudiyuvalu)

Past

ಅವರು ನುಡಿ ದ ರು ನುಡಿದರು. They spoke.

(Avaru) (Nudi) (da) (ru) (Nudidaru)

Present

ಅವರು ಬರೆ (ಯು) ತ್ತಾ ರೆ ಬರೆಯುತ್ತಾರೆ. They write.

(Avaru) (Bare)(yu) ttā (re) (Bareyuttāre)

Future

ಅವರು ಕುಡಿ ಯು ವ ರು ಕುಡಿಯುವರು. They will drink.

(Avaru)(Kudi)(yu) va ru (Kudiyuvaru)

ಶೀಲಳು ಈಗಿನವರೆಗೂ ಚಿಕ್ಕ ಬಟ್ಟಲಿನಲ್ಲಿ ಹಾಲನ್ನು ಕುಡಿಯುತ್ತಿದ್ದಳು; ಆದರೆ ಇಂದು ದೊಡ್ಡ ಬಟ್ಟಲನ್ನು ಕೇಳುತ್ತಿದ್ದಾಳೆ (Sēlaḷu īgina-paregū chikka baṭṭalinalli hālannu kuḍiyutti-ddaḷu; ādare indu doḍḍa baṭṭalannu *keḷu-ttidd*āḷ*e*). Till now sheela has been using a small cup for drinking milk, but today *She is asking* for a bigger one.

ಅವಳು ಪ್ರತಿದಿನ ಸ್ನಾನ ಮಾಡುತ್ತಾಳೆ. (Avaḷu pratidina snāna māduttāḷe). She *bathes* everyday.

ಅವರು ಹತ್ತಿಯ ಬಟ್ಟೆಯನ್ನು ತೊಡುತ್ತಾರೆ. (Auaru hattiya baṭṭeyannu toḍuttāre). They wear cotton clothes.

ಹಕ್ಕಿಗಳ ಹಾರುವಿಕೆ, ಮೀನುಗಳ ಈಜುವಿಕೆ ಮತ್ತು ಮನುಷ್ಯನ ನಡೆಯುವಿಕೆ–ಇವೆಲ್ಲ ಒಂದೇ ಉದ್ದೇಶವನ್ನು ಪೂರೈಸುತ್ತವೆ. (Hakkigaḷa hāruvike, mīnugaḷa ījuvike mattu manuṣyana nadeyuvike–ivella ondē uddeśyavannu *pūrai-suttave*). The flying of the birds, the swimming of the fish and the walking of man all these *serve* the same purpose.

[A] Roots ending with long vowels

ನೀನು (Nīnu) ಬಾ Bā = you come

ನೀನು (Nīnu) ತಾ Tā = you bring

ನೀನು (Nīnu) ಕಾ Ka = you wait

ನೀನು (Nīnu) ಸಾ Sa = you die

ನೀನು (Nīnu) ಈ ī = you give

ನೀನು (Nīnu) ಮೀ Mī = you bathe

[B] Roots ending with (ಇ)-(i)

ಬಿರಿ (Biri) Blossom, expand

ಮುಡಿ (Muḍi) Fasten in the air

ನುಡಿ	(Nuḍi)	Speak	ಮಡಿ	(Maḍi)	Die
ಕಡಿ	(Kaḍi)	Cut	ಹಿಡಿ	(Hiḍi)	Hold
ಕಲಿ	(Kali)	Learn	ಸುಲಿ	(Suli)	Peel
ತಿಳಿ	(Tiḷi)	Know	ಬಳಿ	(Baḷi)	Smear
ದುಡಿ	(Duḍi)	Work	ಕುಡಿ	(Kuḍi)	Drink

[C] Roots ending with (ಉ) (u)

ಕೇಳು	(Keḷu)	Ask/hear	ಹೇಳು	(Heḷu)	Tell/say
ಏಳು	(ēḷu)	Getup	ಕೊಡು	(Koḍu)	Give
ತಿನ್ನು	(Tinnu)	Eat	ನೋಡು	(Noḍu)	See
ಮಾಡು	(Maḍu)	Do	ಬಿಡು	(Biḍu)	Leave
ನೆಡು	(Neḍu)	Plant	ಉಳು	(Uḷu)	Plough
ಈಜು	(īju)	Swim	ಮಾರು	(Māru)	Sell
ಹಾಡು	(Hāḍu)	Sing	ಸುಡು	(Sudu)	Burn
ಆಡು	(āḍu)	Play	ತೆರು	(Teru)	Pay
ಬೀಳು	(Bīḷu)	Fall	ಇಡು	(Idu)	Keep
ನಗು	(Nagu)	Laugh	ಅಳು	(Aḷu)	Weap
ಕೊಳ್ಳು	(Koḷḷu)	Buy	ಹಾರು	(Hāru)	Fly
ಕೂಡು	(Kudu)	Add	ಓದು	(ōdu)	Read
ಕೀಳು	(Kiḷu)	Pluck	ಓಡು	(ōḍu)	Run
ಇರು	(Iru)	Be	ಬೇಡು	(Bēdu)	Beg
ಬಾಳು	(Bāḷu)	Live	ಮಲಗು	(Malagu)	Sleep

ಗುಣಿಸು	(Guṇisu)	Multiply
ಉತ್ತರಿಸು	(Uttarisu)	Answer
ತೃಪ್ತಿಪಡಿಸು	(Triptipadisu)	Satisfy
ಹಂಚು	(Hanchu)	Distribute
ಸ್ವಾಗತಿಸು	(Swāgatisu)	Welcome
ಬೇಯಿಸು	(Bēyisu)	Cook
ಆರಂಭಿಸು	(ārambhisu)	Begin
ಮುಂದುವರಿಸು	(Munduvarisu)	Continue
ಮುಗಿಸು	(Mugisu)	Finish

[D] Roots ending with (ಎ)

ಕಳೆ (Kaḷe) Subtract/loose
ತಳೆ (Taḷe) Feel/obtain
ಹೊಡೆ (Hode) Beat
ಪಡೆ (Pade) Get
ಕೆರೆ (Kere) Scratch
ತೆರೆ (Tere) Open
ಕರೆ (Kare) Call
ಎಳೆ (Yeḷe) Draw

ಬರೆ (Bare) Write
ನಡೆ (Nade) Walk
ತಡೆ (Tade) Wait/check
ಬೆರೆ (Bere) Join/mingle
ಎರೆ (Yere) Beg/pour out
ಜರೆ (Jare) Abuse
ಮರೆ (Mare) Forget

LESSON 7

TENSES

In Kannada there are three main tenses each represented by separate and specific suffixes. Examine these sentences and look at the verb forms of the root 'ನಡೆ (Naḍe)'—to walk :

ನಾನು ನಡೆದೆನು (Nānu Naḍedenu) I *walked*

Past tense ಭೂತಕಾಲ (Bhūtakāla)

ನಾನು ನಡೆಯುತ್ತೇನೆ (Nānu Naḍeyuttēne) I *walk*

Presentense ವರ್ತಮಾನ ಕಾಲ (Varthamāna Kāla)

ನಾನು ನಡೆಯುವೆನು (Nānu Nadeyuvenu I *will walk*

Future tense ಭವಿಷ್ಯತ್ ಕಾಲ (Bhaviṣyathakāla)

'ನಡೆದೆನು (Nadedenu) — ನಡೆಯುತ್ತೇನೆ (Naḍeyuttēne)— ನಡೆಯುವೆನು (Nadeyuvenu). Notice that in the above forms the first part ನಡೆ (Nade) is common to all the three forms. This common part of the verb is called the Verb root 'ಧಾತು (Dhātu)' some suffixes are added to the root to derive the different forms.

ನಡೆದೆನು (Naḍedenu), ನಡೆಯುತ್ತೇವೆ (Nadeyuttēne, ನಡೆಯುವೆನು (Naḍeyuvenu)—(all first person singular forms)—all suggest that the subject is I. It is the final letter or letters that tell us what subjects can be used.

These suffixes 'ಎನು' (enu), '(ēnc) ಏನೆ' etc indicate the person and number of the subject and are known as personal suffixes. (ಆಖ್ಯಾತ ಪ್ರತ್ಯಯಂಗಳು) (A khyata prathyayagalu).

Between the base Verb and the personal suffixes we find some letters. Observe them in the following Verb forms :

Tense	Verb Form :	Root + tense suffix + Personal suffix
Past	ನಡೆದೆನು (Naḍedenu)	ನಡೆ (Naḍe) + ದ (da) + ಎನು (enu) ದ
	ಬರೆದೆನು (Baredenu)	ಬರೆ (Bare + ದ (da) + (ಎನು) ದ
Present	ನಡೆಯುತ್ತೇನೆ (Naḍeyuttēne)	ನಡೆ (Naḍe) + ಉತ್ತ (utta) + ಏನೆ (ēne) ಉತ್ತ
	ಬರೆಯುತ್ತೇನೆ (Bareyutēne)	ಬರೆ (Bare) + ಉತ್ತ (utta)+ಏನೆ (ēne) ಉತ್ತ
Future	ನಡೆಯುವೆನು (Naḍeyuvenu)	ನಡೆ (Naḍe) + ವ (Va) + ಎನು (enu) ವ
	ಬರೆಯುವೆನು (Bareyuvenu)	ಬಲೆ (Bare) + ವ (Va) + ಎನು (enu) ವ

PRESENT TENSE

ವ ರ್ತ ಮಾ ನ ಕಾ ಲ

ನಾನು ಹೋಗುತ್ತಿದ್ದೇನೆ
nānu hōguththidēne — I am going.

ನೀನು ಬರುತ್ತಿರುವಿ
nīnu baruththiruvi — You are coming.

ಅವನು ನೋಡುತ್ತಿದ್ದಾನೆ
uvanu nōḍuththiddāne — He is looking.

ಅವಳು ಇಡುತ್ತಿದ್ದಾಳೆ
avaḷu iḍuththiddāḷe — She is putting.

ಅವರು ಹೊಡೆಯುತ್ತಿದ್ದಾರೆ
avaru hoḍeyuththiddāre — They are hitting.

ನೀವು ಕುಡಿಯುತ್ತಿರುವಿರಿ
nīvu kuḍiyuththiruviri — You are drinking.

ನಾವು ಕೇಳುತ್ತಿದ್ದೇವೆ
nāvu kēḷuththiddēve — We are hearing.

ಅದು ಹಾರುತ್ತಿದೆ
adu hāruththide — It is jumping.

ಅವು ಅರಚುತ್ತಿವೆ
avu arachuththive — They are crying.

PAST TENSE

ಭೂ ತ ಕಾ ಲ

ನೀನು ಓದಿದೆ
nīnu ōdide — You read

ನಾವು ಬಂದೆವು
nāvu bandevu — We came

ನಾನು	ಕುಡಿದೆನು	
nādu	kuḍidenu	I drank
ನೀನು	ಕೊಟ್ಟೆ	
nīnu	kotte	You gave
ಅವನು	ಹೊಡೆದನು	
avanu	hoḍedanu	He hit
ಅವಳು	ಕೊಯಿದಳು	
avaḷu	koyidaḷu	She cut
ಅವರು	ನೋಡಿದರು	
avaru	nōḍidaru	They saw

FUTURE TENSE

ಭವಿಷ್ಯತ್ಕಾಲ

ನಾನು	ಹೋಗುವೆನು	
nānu	hōguvenu	I shall go.
ನೀನು	ಬರುವಿ	
nīnu	baruvi	You will come.
ಅವನು	ನೋಡುವನು	
avanu	nōḍvanu	He will see.
ಅವಳು	ಹೇಳುವಳು	
avaḷu	hēḷuvaḷu	She will tell.
ನಾವು	ತಿನ್ನುವೆವು	
nāvu	thinnuvevu	We shall eat.
ನೀವು	ಕೇಳುವಿರಿ	
nīvu	kēḷuviri	You will hear.

SOME ROOTS

ಕೆಲವು ಧಾತುಗಳು

ಹೋಗು		ಹೊಡಿ	
hogu	Going	hodi	Beating
ಬಾ		ಹೊಲಿ	
Ba	Cōming	holi	Stitching
ಹೇಳು		ಕಟ್ಟು	
Heḷu	Teliing	kattu	Tie
ಕೊಲ್ಲು		ಹಿಡಿ	
kolḷu	Killing	Hidi	Catching
ತಿಳಿಸು		ಧರಿಸು	
Thiḷisu	Informing	Dharisu	Warning
ಬೋಧಿಸು		ತಾ	
Bodhisu	Teaching	Tha	Bringing
ಈಯು		ಹಾಡು	
Eeyu	Giving	hadu	Sinding
ನೋಡು		ಕೇಳು	
Noḍu	Looking	keḷu	Hear
ಓದು			
Odu	Reading		

Some roots undergo some minor changes before taking suffixes like ದೆನು Denu) [ದ (da)+ ಎನು (enu)] ಉತ್ತೇನೆ (uttēne) [ಉತ್ತ (utta) + ಏನೆ (ēne)], ವೆನು (Venu) [ವ (Va) + ಎನು (enu) etc

(a) Roots ending in 'ಉ' take a 'ಇ' with them in the past tense as in

ಮಾಡು + ಇ = ಮಾಡಿ ಮಾಡಿ + ದೆನು = ಮಾಡಿದೆನು

Mādu + i = Mādi Mādi + denu = Mādidenu

This can also be considered as 'ಉ' changing into 'ಇ'.

Similarly :—

ನೋಡು Nōdu → ನೋಡಿದೆನು Nōḍidenu

ಕೇಳು Kēlu → ಕೇಳಿದೆನು Kēliḍenu

ಕೂಗು Kūgu → ಕೂಗಿದರು Kūgidaru

ಬೇಡು Bēḍu → ಬೇಡಿದೆನು Bēḍidenu

(b) All roots except those ending in 'ಉ' take a 'ಉ' with them in present and future tenses as in :

ಬರೆ + ಉ → ಬರೆಯು ; ಬರೆಯು + ಉತ್ತೇನೆ = ಬರೆಯುತ್ತೇನೆ
Bare + u → Bareu ; Bareu + uttēne = Bareyut-tēne

ಬರೆಯು + ವೆನು = ಬರೆಯುವೆನು

Bareu + Venu = Bareyu-venu.

Now let us study the present and past Verb forms with different subjects as under :

(i) 'I — We' forms (ii) 'Thou — you' forms (iii) He——she–it–they' forms

I – We' forms :

	Present tense forms		Past tense forms	
I	ನಾನು ಕುಡಿಯುತ್ತೇನೆ	(ಉತ್ತೇನೆ)	ನಾನು ಕುಡಿದೆನು	(ದೆನು)
	Nānu Kuḍiyuttēne	(uttene)	Nānu Kuḍidenu	(denu)
	ನಾವು ಕುಡಿಯುತ್ತೇವೆ	(ಉತ್ತೇವೆ)	ನಾವು ಕುಡಿದೆವು	(ದೆವು)
WE	Nāu Kudiyuttēve	(utteve)	Nāu Kuḍidevu	(devu)

Root + ಉತ್ತೇನೆ
+ ಉತ್ತೇವೆ

Root + ದೆನು
+ ದೆವು

Examine the following Present tense forms :

ಬರು (To come)	ನಾನು ಬರುತ್ತೇನೆ (I come)	ನಾವು ಬರುತ್ತೇವೆ (We come)
Baru	Nānu Baruttēne	Nāu Baruttēve
ದುಡಿ [ಯು] (To work)	ನಾನು ದುಡಿಯುತ್ತೇನೆ (I work)	ನಾವು ದುಡಿಯುತ್ತೇವೆ (We work)
Duḍi (yu)	Nānu Duḍiyuttēne	Nāvu duḍiyuttēve

ಓದು (To read)	ನಾನು ಓದುತ್ತೇನೆ (I read)	ನಾವು ಓದುತ್ತೇವೆ (We read)
Ōdu	Nānu oduttēne	Nāvu oduttēve
ಬರೆ [ಯು] (To write)	ನಾನು ಬರೆಯುತ್ತೇನೆ (I write)	ನಾವು ಬರೆಯುತ್ತೇವೆ (We write)
Bare	Nānu bareyuttēne	Nāvu bareyuttēve

Examine the Past tense forms.

ಬರೆ (To write)	ನಾನು ಬರೆದೆನು (I wrote)	ನಾವು ಬರೆದೆವು (We wrote)
Bare	Nānu baredenu	Nāvu baredevu
ಕುಡಿ (To drink)	ನಾನು ಕುಡಿದೆನು (I drank)	ನಾವು ಕುಡಿದೆವು (We drank)
Kuḍi	Nānu Kuḍidenu	Nāvu Kuḍidevu
ಓಡು [ಇ] (To run)	ನಾನು ಓಡಿದೆನು (I ran)	ನಾವು ಓಡಿದೆವು (We ran)
Ōḍu	Nānu Ōḍidenu	Nāvu Ōḍidevu
ಕರೆ (To call)	ನಾನು ಕರೆದೆನು (I called)	ನಾವು ಕರೆದೆವು (We called)
Kare	Nānu Karedenu	Nāvu Karedevu

In I we forms 'ಉತ್ತೇನೆ' and 'ಉತ್ತೇವೆ' are added to the Verb root, in the present tense and 'ದೆನು' and 'ದೆವು' in the past tense.

'Thou – you' forms :

	Present tense-forms	Past tense-forms	
THOU (Sing) YOU	ನೀನು ದುಡಿಯುತ್ತೀಯೆ (ಉತ್ತೀಯೆ) Nīnu duḍiyuttīye (You work)	ನೀನು ದುಡಿದೆ (You worked) Nīnu duḍide	(ದೆ) (de)
YOU (Plu)	ನೀವು ದುಡಿಯುತ್ತೀರಿ (ಉತ್ತೀರಿ) Nīvu duḍiyuttīri (You work)	ನೀವು ದುಡಿದಿರಿ Nīvu duḍidiri	(ದಿರಿ) (diri)

Root + ಉತ್ತೀಯೆ
+ ಉತ್ತೀರಿ

Root + ದೆ
+ ದಿರಿ

Examine the following Present tense forms :

ತಾ [ತರು] (To bring)	ನೀನು ತರುತ್ತೀಯೆ (You bring) [Singular]	ನೀವು ತರುತ್ತೀರಿ (You bring) [Plural]
tā [tāru]	Nīnu taruttīri	Nīvu tarutīri
ನುಡಿ (To speak)	ನೀನು ನುಡಿಯುತ್ತೀಯೆ (You speak)	ನೀವು ನುಡಿಯುತ್ತೀರಿ
Nuḍi	Nīnu nuḍiyuttīye	Nīvu nuḍiyuttīri
ಹೋಗು (To go)	ನೀನು ಹೋಗುತ್ತೀಯೆ (You go)	ನೀವು ಹೋಗುತ್ತೀರಿ
hōgu	Nīnu hōguttīye	Nīvu hōguttīri

ನಡೆ (To walk) Naḍe	ನೀನು ನಡೆಯುತ್ತೀಯೆ Nīnu naḍeyuttīye	ನೀವು ನಡೆಯುತ್ತೀರಿ Nīvu naḍeyuttīri

Examine the following Past tense forms :

ತಾ [ತಾನ್] (to bring) ta [tan]	ನೀನು ತಂದೆ (you brought) ; (Nīnu tande) [Sing]	ನೀವು ತಂದಿರಿ (you brought) (Nīvu tandiri) [Plu]
ನುಡಿ (to Speak) Nuḍi	ನೀನು ನುಡಿದೆ ; (Nīnu nuḍide)	ನೀವು ನುಡಿದಿರಿ (Nīvu nuḍidiri)
ಹೇಳು [ಹೇಳಿ] (to Tell) hēḷu [hēḷi]	ನೀನು ಹೇಳಿದೆ ; (Nīnu hēḷide)	ನೀವು ಹೇಳಿದಿರಿ (Nīvu hēḷidiri)
ಕೇಳು [ಕೇಳಿ] (to ask) Kēḷu [kēḷi]	ನೀನು ಕೇಳಿದೆ ; (Nīnu kēḷide)	ನೀವು ಕೇಳಿದಿರಿ (Nīvu kēḷidiri)
ತಡೆ (to stop, to check) taḍe	ನೀನು ತಡೆದೆ ; (Nīnu taḍede)	ನೀವು ತಡೆದಿರಿ (Nīvu taḍediri)

In 'Thou—you' forms 'ಉತ್ತೀಯೆ' *and* 'ಉತ್ತೀರಿ' *are added to the verb root in the Present tense and* 'ದೆ' *and* 'ದಿರಿ' *in the Past tense.*

In the singular number for 'ದೆ' 'ದಿ' *is also used as in :* ನೀನು ತಂದ, ನುಡಿದ, ಕೇಳಿದ, ಹೇಳಿದ, ತಡೆದ.

‘He - She – It – They’ forms :

	Present tense forms		Past tense forms	
1. HE	ಅವನು ಕರೆಯುತ್ತಾನೆ (Avanu kareyuttāne)	(ಉತ್ತಾನೆ) (Uttāne)	ಅವನು ಕರೆದನು (Avanu karedanu)	(ದನು) (Danu)
2. SHE	ಅವಳು ಕರೆಯುತ್ತಾಳೆ (Avaḷu kareyuttāḷe)	(ಉತ್ತಾಳೆ) (Uttāḷe)	ಅವಳು ಕರೆದಳು (Avaḷu karedaḷu)	(ದಳು) (Daḷu)
3. THEY com. gen.	ಅವರು ಕರೆಯುತ್ತಾರೆ (Avaru kareyuttāre)	(ಉತ್ತಾರೆ) (Uttāre)	ಅವರು ಕರೆದರು (Avaru karedaru)	(ದರು) (Daru)
4. IT	ಅದು ಕರೆಯುತ್ತದೆ (Adu Kareyuttade)	(ಉತ್ತದೆ) (Uttade)	ಅದು ಕರೆದಿತು (ಕರೆಯಿತು) (Adu kareditu) [kareyitu]	(ಯಿತು / ದಿತು) (ditu / yitu)
5. THEY (neuter)	ಅವು ಕರೆಯುತ್ತವೆ (Avu kareyuttave	(ಉತ್ತವೆ) (Uttave)	ಅವು ಕರೆದವು (Avu karedavu)	(ದವು) (davu)
	Root + ಉತ್ತಾನೆ etc.,		Root + ದನು etc.,	

In English ‘They’ is the plural of ‘He’, ‘She’ and ‘It’.

In Kannada the plural of ‘He’ or ‘She’ is ಅವರು (Avaru) and of ‘It’ is ಅವು (Avu).

... forms ..., ..., ಉತ್ತದೆ, *and* ಉತ್ತವೆ' *are added to the verb root in the present tense and* ' ದನು, ದಳು ದಿತು (ಯಿತು) *and* 'ದವು' *in the Past tense.*

In plural numbers for ' ದುವು - ದವು ' *is also used as in :*
ಆಡಿದುವು Āḍiduvu — ಆಡಿದವು Āḍidavu — ತೆರದುವು tereduvu — ತೆರೆದವು teredavu.

Future tense forms :

Examine the following Past and the Future tense forms:

Past tense forms		Future tense forms	
ಅವರು ಬರೆದರು Avaru baredaru	They wrote	ಅವರು ಬರೆಯುವರು Avaru bareyuvaru	They will write
ಅವಳು ಬರೆದಳು Avaḷu baredaḷu	She wrote	ಅವಳು ಬರೆಯುವಳು Avaḷu bareyuvaḷu	She will write
ನಾನು ಬರೆದೆನು Nanu baredenu	I wrote	ನಾನು ಬರೆಯುವೆನು Nānu bareyuvenu	I will write
ನೀವು ಬರೆದಿರಿ Nīvu barediri	You wrote	ನೀವು ಬರೆಯುವಿರಿ Nīvu bareyuviri	You will write

Examine the present tense forms given below :

ತೆರೆ [To open]

Tere

ಅವನು ತೆರೆಯುತ್ತಾನೆ

Avanu tereyuttāne

ಅವಳು ತೆರೆಯುತ್ತಾಳೆ

Avaḷu tereyuttāḷe

ಅವರು ತೆರೆಯುತ್ತಾರೆ

Avaru tereyuttāre

ಅದು ತೆರೆಯುತ್ತದೆ

Adu tereyuttade

ಅವು ತೆರೆಯುತ್ತವೆ

Avu tereyuttave

ಆಡು [to play]

[Āḍu]

ಅವನು ಆಡುತ್ತಾನೆ He plays

Avanu āḍuttāne

ಅಳು ಆಡುತ್ತಾಳೆ She play'

Avaḷu āḍuttāḷe

ಅವರು ಆಡುತ್ತಾರೆ

Avaru aḍuttāre

They play

ಅದು ಆಡುತ್ತದೆ It plays

Aḍu āḍuttade

ಅವು ಆಡುತ್ತವೆ

Avu āḍuttave

They play

Examine the following past tense forms :

ಆಡು (ಆಡಿ)
Āḍu (Āḍi)
[To play]

ಅವನು ಆಡಿದನು
Avanu āḍidanu
He played

ಅವಳು ಆಡಿದಳು
Avaḷu āḍidaḷu
She played

ಅವರು ಆಡಿದರು
Avaru āḍidaru
They played

ಅದು ಆಡಿತು
Adu aḍitu
It played

ಅವು ಆಡಿದವು
Avu āḍidavu
They played

ತೆರೆ [To open]
tere

ಅವನು ತೆರೆದನು He opened
Avanu teredanu

ಅವಳು ತೆರೆದಳು She opened
Avaḷu teredaḷu

ಅದು ತೆರೆಯಿತು It opened
Adu tereyitu

ಅವರು ತೆರೆದರು
Avaru teredaru

ಅವು ತೆರೆದವು
Avu teredavu

They opened

These tense suffixes 'ದ (da)', 'ಉತ್ತ (utta)', and 'ವ (Va)' indicate that a particular Verb is in the past, present and the future tense, respectively. Thus in Kannada, a Verb consists of three parts; the first gives the base meaning, the second indicates the tense and the third tells about the person and number.

The suffixes combine according to the rules of Sandhi, as in ;

ಬರೆ (Bare)+ಉತ್ತ (utta)→ಬರೆಯುತ್ತ (Āgama Sandhi)
(Bareyutta)

ಬರೆಯುತ್ತ + ಏನೆ → ಬರೆಯುತ್ತೇನೆ (Lopa Sandhi)
(Bareyutta + ēne → Bareyuttēne

The tense suffix with the personal suffix may be called the combined suffix as in :- ದನು ದೆವು, ಉತ್ತೇನೆ.

The personal suffixes for the future tense is the same as in the past tense. It is clear that future tense is formed by substituting 'ವ' for 'ದ' in the tense forms. (Modification of the root to be noted).

Though the future tense forms are used in the written form of the language, in everyday speech, the present tense forms are used to indicate the future as well.

Example :

ಅವರು ಇಂದು ಜಗಳವಾಡಬಹುದು ಆದರೆ ನಾಳೆ ಒಂದಾಗುತ್ತಾರೆ.

(Avaru indu jagaḷavāḍabahudu ādare nāḷe ondāguttāre) (for ಒಂದಾಗುವರು ondāguvaru) Today they may quarrel but tomorrow they shall unite.

ನಾನು ನಾಳೆ ವರ್ಧಾಕ್ಕೆ ಹೋಗುತ್ತೇನೆ (for ಹೋಗುವೆನು)

(Nānu nāḷe wardhakke hoguttēne)

I will go to wardhā tomorrow

Irregular formations :

Some verb roots have irregular past tense forms. The personal suffixes 'ಎನು' 'ಎವು' etc., remain the same, but the tense suffix 'ದ' in these cases is changed to 'ತ್ತ' 'ದ್ದ' 'ಕ್ಕ' 'ಟ್ಟ' etc, depending upon the final consonant of the root.

Examples :

'ಳು' ending : ಎಳು + ದನು = ಎದ್ದನು
(ēḷu + danu = eddanu)
ಬೀಳು + ದನು = ಬಿದ್ದನು
(bīḷu + danu = biddanu)

'ರ್' ending ತರ್ (ತರು) + ದನು = ತಂದನು
(tar (taru) + danu = tandanu)
ಬರು + ದೆನು = ಬಂದೆನು
(Baru + denu = bandenu)

'ಯ್' ending	ನೊಯ್ (ನೊನ್) + ದರು = ನೊಂದರು
	(Noy(non) + daru = nondaru)
	ಬೆಯ್ (ಬೆನ್) + ದರು = ಬೆಂದರು
	(bey (ben) + daru = bendaru
	ಈಯ್ = ಇತ್ತರು
	(īy = ittaru)
'ಗು' ending	ನಗು + ದ + ಅನು = ನಕ್ಕನು
	(Nagu + da + anu = nakkanu)
	ಹೋಗು + ದ + ಅನು = ಹೊಕ್ಕನು
	(Hōgu + da + anu = Hokkanu)

Given below is a list of such irregular verbs and their I person singular forms. The rest of the forms are formed similarly by changing the personal suffixes only.

ಬಿಡು	(biḍu)	ಬಿಟ್ಟೆನು	(bittenu)	to leave
ಕೊಡು	(koḍu	ಕೊಟ್ಟೆನು	(kottenu)	to give
ಸುಡು	(suḍu)	ಸುಟ್ಟೆನು	(suttenu)	to burn
ಕಾಣು	(kāṇu)	ಕಂಡೆನು	(kanḍenu)	to see
ಬೀಳು	(bīḷu)	ಬಿದ್ದನು	(biddenu)	to fall
ಕೊಳ್ಳು	(koḷḷu)	ಕೊಂಡೆನು	(konḍenu)	to buy
ನಿಲ್ಲು	(nillu)	ನಿಂತೆನು	(nintenu)	to stop
ಕೊಲ್ಲು	(kɔllu)	ಕೊಂದೆನು	(kondenu)	to kill
ಮೀ[illegible]	[illegible]ī)	ಮಿಂದೆನು	(mindenu)	to bathe

ಏಳು	(ēḷu)	ಎದ್ದೆನು	(eddenu)	to getup
ಕಳು	(kaḷu)	ಕದ್ದೆನು	(kaddenu)	to steal
ಕೀಳು	(kīḷu)	ಕಿತ್ತೆನು	(kittenu)	to pluck
ಉಳು	(uḷu)	ಉತ್ತೆನು	(nttenu)	to plough
ಸೋಲು	(sōlu)	ಸೋತೆನು	(sōtenu)	to get defeated
ಹೋಗು	(hōgu)	ಹೋದೆನು	(hōdenu)	to go
ಹೊರಡು	(horaḍu)	ಹೊರಟೆನು	(horatenu)	to start
ಸಿಗು	(sigu)	ಸಿಕ್ಕೆನು	(sikkenu)	to be found
ಹೊಗು	(hogu)	ಹೊಕ್ಕೆನು	(hokkenu)	to enter
ಇರು	(iru)	ಇದ್ದೆನು	(iddenu)	to be
ತರು	(taru)	ತಂದೆನು	(tandenu)	to bring
ಬರು	(baru)	ಬಂದೆನು	(bandenu)	to come
ನೊಯ್	(noy)	ನೊಂದೆನು	(nondenu)	to feel the pain
ಸಾಯ್	(say)	ಸತ್ತೆನು	(sattenu)	to die
ಈಯ್	(īy)	ಇತ್ತೆನು	(ittenu)	to give
ಹೆರು	(heru)	ಹೆತ್ತೆನು	(hettenu)	to give birth
ತೆರು	(teru)	ತೆತ್ತೆನು	(tettenu)	to pay
ಹೊರು	(horu)	ಹೊತ್ತೆನು	(hottenu)	to carry

LESSON 8

Adjective

ವಿಶೇಷಣಗಳು (Viśēṣaṇagḷu)

Examine the various sentences which can be formed from the following table.

(i) ಇದು ಪುಸ್ತಕ (Idu Pustaka) This is a book

(ii)	ಇದು	ಕನ್ನಡದ	ಪುಸ್ತಕ
	Idu	(Kannadada)	Pustaka
	ಇದು	ಒಂದನೆಯ	ಪುಸ್ತಕ
	Idu	(Ondaneya)	Pustaka
	ಇದು	ದಪ್ಪ	ಪುಸ್ತಕ
	Idu	(Dappa)	Pustaka
	ಇದು	ಅಗ್ಗದ	ಪುಸ್ತಕ
	Idu	(Aggada)	Pustaka
	ಇದು	ದುಬಾರಿಯ	ಪುಸ್ತಕ
	Idu	(Dubāriya)	Pustaka
	ಇದು	ಚೆನ್ನಾಗಿರುವ	ಪುಸ್ತಕ
	Idu	(Chennāgiruva)	Pustaka

(i) ರಾಮನು ಹುಡುಗ

Rāmanu Huḍuga) Rama is a boy.

(ii)	ರಾಮನು	ಒಳ್ಳೆಯ	ಹುಡುಗ
	Rāmanu	(Oḷḷeya)	Huḍuga
	ರಾಮನು	ಕೆಟ್ಟ	ಹುಡುಗ

Rāmanu (Keṭṭa) Huḍuga
ರಾಮನು ಚಿಕ್ಕ ಹುಡುಗ
Rāmanu (Chikka) Huḍuga
ರಾಮನು ದೊಡ್ಡ ಹುಡುಗ
Rāmanu (Doḍḍa) Huḍuga
ರಾಮನು ದಡ್ಡ ಹುಡುಗ
Rāmanu (Daḍḍa) Huduga
ರಾಮನು ಜಾಣ ಹುಡುಗ
Rāmanu (Jāṇa) Huduga

Words like 'ಒಳ್ಳೆಯ' (oḷḷeya) [good] 'ಕೆಟ್ಟ (keṭṭa)' bad, 'ಚಿಕ್ಕ (Chikka)' small, 'ದೊಡ್ಡ (dodda)' big, 'ದಡ್ಡ (Dadda)' dull, 'ಜಾಣ (Jāṇa)' clever, 'ದಪ್ಪ (dappa)' thick, 'ಅಗ್ಗದ (aggada)' cheap, 'ದುಬಾರಿಯ (dubāriya)' costly, 'ಚೆನ್ನಾಗಿರುವ (chennāgiruva)' fine, etc. which add to the meaning of a noun are called adjectives. The Kannada term for an adjective is 'ನಾಮ ವಿಶೇಷಣ (nāma viseṣaṇa) or ವಿಶೇಷಣ (viseṣaṇa)

Observe the following sentences and notice the adjectives printed in thick types.

ಅದು ಕಟ್ಟಡ. (Adu kaṭṭaḍa). That is a building.

ಅದು ದೊಡ್ಡ ಕಟ್ಟಡ. (Adu **doḍḍa** kaṭṭaḍa). That is a **big** building

ಅದು ಮೊದಲನೆಯ ದೊಡ್ಡ ಕಟ್ಟಡ. (Adu **modalaneya doḍḍa** kaṭṭaḍa) That is the **first big** building.

ಅದು ಒಂದು ಭಾರಿ ದೊಡ್ಡ ಕಟ್ಟಡ. (Adu ondu **bhāri doḍḍa** kaṭṭaḍa). That is a **huge** building.

ಆಕೆ ಸಂಗೀತಗಾರಳು. (āke Sangetagāraḷu). She is a singer.

ಆಕೆ ಒಳ್ಳೆಯ ಸಂಗೀತಗಾರಳು (āke **oḷḷeya** sangētagāraḷu). She is a **good** singer.

ಆಕೆ ಬಹಳ ಒಳ್ಳೆಯ ಸಂಗೀತಗಾರಳು. (āke **bahaḷa oḷḷeya** sangētagāraḷu). She is a **very good** singer.

An adjective qualifies a noun as in 'ದೊಡ್ಡ ಮನೆ (doḍḍamane)' and 'ಒಳ್ಳೆಯ ಸಂಗೀತಗಾರಳು (oḷḷeya sangetagāraḷu). It can also qualify an adjective as in 'ಭಾರಿ ದೊಡ್ಡ (**bhāri** doḍḍa)' or 'ಬಹಳ ಒಳ್ಳೆಯ (bahaḷa oḷḷeya). In both the cases the adjective precedes the noun it qualifies.

Study the following sentences and note how adjectives are used.

ಬಿಸಿಯಾದ ಆಹಾರ ಆರೋಗ್ಯಕ್ಕೆ ಒಳ್ಳೆಯದು, ಆದರೆ ತಂಗುಳಾದ ಆಹಾರ ಕೆಟ್ಟದ್ದು. (*Bisiyāda* āhāra ārōgyakke oḷḷeyadu, ādare *tangulāda* āhāra keṭṭaddu). *Fresh* food is good for health, but *stale* food is bad.

ವಿಶಾಲವಾದ ಕಿಟಕಿಗಳಿದ್ದರೆ ಸಾಕಷ್ಟು ಹೊಸಗಾಳಿ ಒಳಗೆ ಬರುತ್ತದೆ. (*Viśāḷavāda* kiṭakigaḷiddare *sākasṭu hosagāḷi* olage baruttaḍe). If there are *large* windows plenty of *fresh air* will come in.

ಚತುರಳಾದ ದಾದಿ ಬಡ ಹೆಂಗಸನ್ನು ಸಮಾಧಾನಗೊಳಿಸಿದಳು (*chatu-raḷāda* dādi *baḍa* hengasannu samāḍhānagoḷisi-daḷu). That *clever* nurse consoled the *poor* woman.

ಕೆಟ್ಟ ಅಭ್ಯಾಸಗಳು ನಮ್ಮನ್ನು ಹಾಳು ಮಾಡುತ್ತವೆ; ಒಳ್ಳೆಯ ಅಭ್ಯಾಸಗಳು ನಮ್ಮನ್ನು ಸರ್ವನಾಶದಿಂದ ಉಳಿಸುತ್ತವೆ. (*Keṭṭa* abhyāsagaḷu nammannu hāḷu māduttave; *oḷḷeya* abhyāsagaḷu nammannu sarva nāsadinda uḷisuttave). Bad habits spoil us and good habits save us from ruin.

ಮೊಂಡು ಕತ್ತಿಯನ್ನು ಕೊಟ್ಟು ಹರಿತವಾದ ಕತ್ತಿಯನ್ನು ತೆಗೆದುಕೊಂಡು ಬಾ (*Monḍu* kattiyannu koṭṭu *haritavāda* kattiyannu tegedu konḍu bā). Hand over the *blunt* knife and bring a *sharp* one.

Note:-

ಇವನು	ಧೀರನಾದ	ಹುಡುಗ
(Ivanu)	(Dhīranāda)	(huḍuga)
He is a	brave	boy
ಇವನು	ಒಂಟಿಯಾದ	ಹುಡುಗ
(Ivanu)	(Onṭiyāda)	(huduga)
He is a	lonely	boy

Words like 'ಧೀರನಾದ (dhīranāda', 'ಒಂಟಿಯಾದ (onṭiyāda)' end with 'ಆದ'. The addition of 'ಆದ' (one who is) dces not change the meaning of the adjective.

Ex:

ಅವನು ಧೀರ ಹುಡುಗ. (Avanu dhīra huduga). He is a brave boy.

ಅವನು ಧೀರನಾದ ಹುಡುಗ (Avanu dhīranāda hudga). He is a boy who is brave.

Participles like 'ಹಾಡುವ' (Hāduva), 'ಓಡುತ್ತಿರುವ' (ōduthiruva), which qualify and preced a noun are also adjectives.

Study the following list of adjectives commonly used in kannada.

ಚಿಕ್ಕ/ಕಿರಿಯ	(chikka/kiriya)	Small
ದೊಡ್ಡ/ಹಿರಿಯ	(dodda/hiriya)	Big
ಉದ್ದ	(udda)	Long
ಬಿಳಿಯ	(biḷiya)	White
ಒದ್ದೆ	(odde)	Wet/damp
ಸಿಹಿ	(sihi)	Sweet
ಕಿರಿಯ	(kiriya)	Young
ತಣ್ಣನೆಯ	(taṇṇaneya)	Cold
ಐಶ್ವರ್ಯವಂತ	(aiśvaryavanta)	Rich
ಒಳ್ಳೆಯ	(oḷḷeya)	Good/nice
ಕೆಟ್ಟ	(keṭṭa)	Bad
ಗಡುಸು	(gadusu)	Hard
ಒಂಟಿ	(onṭi)	Single
ಮೆತ್ತನೆಯ	(mettaneya)	Soft
ಹಿಂದಿನ	(hindina)	Previous
ಮುಂದಿನ	(mundina)	Next
ಹೆಸರುವಾಸಿಯಾದ	(hesaruvāsiyāda)	Famous
ಮಾಸಿಕ	(māsika)	Monthly
ವಾರ್ಷಿಕ	(vārṣika)	Yearly
ದೊಡ್ಡ/ಮಹತ್ತಾದ	(doḍḍa/mahattāda)	Great
ಹಿರಿಯ	(hiriya)	Old

ಹೊಸ	(hosa)	New
ಹಲವು	(halavu)	Many
ಹಳೆಯ	(haḷeya)	Old
ಸಾಕಷ್ಟು	(sakasṭu)	Enough
ಎಲ್ಲಾ	(ellā)	All
ಯಾವುದಾದರೂ	(yāvudadarū)	Any
ಬಿಸಿಯ	(bisiya)	Hot
ಸುಂದರ	(sundara)	Beautiful
ಆಶಾದಾಯಕ	(āśādāyaka)	Hopeful
ಬುದ್ಧಿವಂತ	(buddhivanta)	Intelligent
ಕೆಲವು	(kelavu)	Some
ಬಹಳ/ತುಂಬಾ	(bahaḷa/tumbā)	Much

Adverb

ಕ್ರಿಯಾವಿಶೇಷಣಗಳು (Kriyā viśeṣanagaḷu)

Examine the various sentences which can be formed from the following table:-

She ran

ಅವಳು ಓಡಿದಳು She ran (Avaḷu ōḍidaḷu)

ಅವಳು	ಮೆಲ್ಲಗೆ	ಓಡಿದಳು
(Avaḷu)	(mellage)	(ōḍidaḷu)
ಅವಳು	ಒಂಟಿಯಾಗಿ	ಓಡಿದಳು
(Avaḷu)	(ontiyāgi)	(ōḍidaḷu)
ಅವಳು	ನಿಲ್ಲದೆ	ಓಡಿದಳು
(Avaḷu)	(nillade)	(ōḍidaḷu)
ಅವಳು	ನೋಡದೆ	ಓಡಿದಳು
(Avaḷu)	(nōḍade)	(ōḍidaḷu)
ಅವಳು	ಹಾಡುತ್ತಾ	ಓಡಿದಳು
(Avaḷu)	(hāḍuttā)	(ōḍidaḷu)
ಅವಳು	ನಗೆಯುತ್ತಾ	ಓಡಿದಳು
(Avaḷu)	(negeyuttā)	(ōḍidaḷu)

He beat

ಅವನು ಹೊಡೆದನು He beat (Avanu hoḍedanu)

ಅವನು Avanu ಬೆತ್ತದಿಂದ Bettadinda ಹೊಡೆದನು Hoḍedanu
ಅವನು Avanu ಕೈಯಿಂದ Kaiyinda ಹೊಡೆದನು (Hoḍedanu)

The words ಅಲ್ಲಿ (alli)' There, 'ಇಲ್ಲಿ' (illi) here, 'ಆಗ (āga)' Then, 'ನಿನ್ನೆ (ninne)' yesterday, 'ಬೆತ್ತದಿಂದ (Bettadinda)' with a stick, 'ಕೈಯಿಂದ (kaiyinda)' with the hand tell where, when and how the action has taken place. Such words are called 'Adverbs' in English and 'ಕ್ರಿಯಾವಿಶೇಷಣ' (kriyā-viśeṣana) in kannada.

Indeclinables and incomplete verbs like 'ಮೆಲ್ಲಗೆ' (mellage) slowly; 'ಒಂಟಿಯಾಗಿ' (onṭiyāgi) lonely, 'ನಿಲ್ಲದೆ' (nillade) without stopping, 'ನೋಡದೆ' (noḍade) without seeing, ಹಾಡುತ್ತಾ (hāḍuttā) singing. 'ನೆಗೆಯುತ್ತಾ' (negeyuttā) jumping, also modify the meanings of the verb 'run' and these are adverbs

Study the following sentences and note the adverbs in thick types:

ಬೇರೆಯವರು **ವೇಗವಾಗಿ** ಮುಂದುವರಿಯುತ್ತಿರುವಾಗ ನಾವು **ನಿಧಾನವಾಗಿ** ಹೋಗಬಾರದು (Bēreyavaru **vēgavāgi** munduvari-yuttiruvāga nāvu **nidhānavāgi** hōgabāradu.

When others are progressing **fast**, we should not go **slow**.

ಗುರುಗಳು ಏನನ್ನು ಒತ್ತಿ ಹೇಳುತ್ತಾರೋ ಅದನ್ನು ಕೇಳುವುದು ವಿದ್ಯಾರ್ಥಿಗಳ ಕರ್ತವ್ಯ. (Gurugaḷu ēnannu ōthi hēḷuttarō adannu kēḷuvudu vidyārthigaḷa karthavya). It is the duty of the pupils to listen to what the teacher says **emphatically**.

ಅವನು ನಿಧಾನವಾಗಿ ಓಡಿದನು (Avanu **nidhānavāgi** ōḍidanu). He ran **slowly.**

ಅವಳು ರಾಮಾಯಣವನ್ನು ತಪ್ಪದೆ ಓದುತ್ತಾಳೆ.

(Avaḷu Rāmāyaṇavannu **tappade** ōduttāḷe). She reads Ramayana **regularly.**

ಒಂದು ಕೆಲಸವನ್ನು ಆತುರವಾಗಿ ಮಾಡುವುದಕ್ಕಿಂತ ಚೆನ್ನಾಗಿ ಮಾಡುವುದು ವಾಸಿ (Ondu kelasavannu **āturavāgi** māduvudakkinta **chennāgi** māduvudu vāsi). It is better to do a job **well** than to do it **hastily.**

ಆ ನೀರು ತಣ್ಣಗಿದೆ, ಆದರೆ ಈ ನೀರು ಬೆಚ್ಚಗಿದೆ (ā nīru taṇṇagide, ādare ī nīru bechagide). That water is **cool,** but this is **warm.**

Study the following list of Adverbs commonly used in kannada

ತಣ್ಣಗೆ	(taṇṇage)	Coolly
ಥಟ್ಟನೆ	(thaṭṭane)	Quickly
ಮೆತ್ತಗೆ/ಮೆಲ್ಲಗೆ	(mettage/mellage)	Slowly
ವೇಗವಾಗಿ	(vegavagi)	Fastly
ದೀರ್ಘವಾಗಿ	(dīrghavāgi)	Lengthy
ಆಮೇಲೆ	(āmēle)	Afterwords
ಮಿಕಿಮಿಕಿ	(mikimiki)	imitating worc
ಸರಸರ	(sarasara)	,,
ಥಳಥಳ	(thaḷathaḷa)	,,
ಸರಿಯಾಗಿ	(sariyāgi)	Correctly

ಆಗಾಗ	(āgāga)	Now & then
ಪೂರ್ತಿಯಾಗಿ	(pūrtiyāgi)	Fully
ಈಗ	(īga)	Now
ಕಮ್ಮಗೆ	(kammage)	Deliciously
ಚಕ್ಕನೆ	(chakkane)	Suddenly
ಯಾವಾಗಲೂ	(yāvāgalū)	Always ever
ಪುನಃಪುನಃ	(punahpunaha)	Again & again
ಮತ್ತೆ ಮತ್ತೆ	(matte matte)	Again & again
ಈಗೀಗ	(īgīga)	Now a days
ಚೆನ್ನಾಗಿ	(chennāgi)	Well
ಖಂಡಿತವಾಗಿ	(khanditavāgi)	Surely
ಸುಮ್ಮಗೆ/ಸುಮ್ಮನೆ	(summage/summane)	Simply

LESSON 10

ಅವ್ಯಯಗಳು (Avyayagalu)

Nouns and verbs are inflected in kannada. They take different forms according to the number, case, tense and mood. But there are certain words such as 'ಉಂಟು' (unṭu) has, ಬೇಡ (Bēḍa) don't want, 'ಸಾಕು' (sāku) enough, which do not change their form.

Examples:

1) ಅವನಿಗೆ ತಮ್ಮ ಉಂಟು, ತಂಗಿ ಉಂಟು ಮತ್ತು ಒಂದು ಮನೆ ಉಂಟು. (Avanige tamma unṭu, tangi unṭu mattu ondu mane unṭu).

He has a brother, a sister and a house.

2) ನನಗೆ ತಿಂಡಿ ಬೇಡ, ಕಾಫಿ ಸಾಕು. (Nanage tindi bēda cāfi sāku. I don't want tiffin, coffee is enough.

Such words are called Avyayās (ಅವ್ಯಯಗಳು) in Kannada. So adjectives, adverbs, participles, conjunctions and interjections can be grouped together under this heading Avyayās, because they do not have different forms like nouns and verbs. These are Indeclinables.

ಲಂಚ ಕೊಡದೆ ನಮ್ಮ ಕೆಲಸಕ್ಕೆ ಗಮನ ಕೊಡುವುದಿಲ್ಲ. (lancha *koḍade* namma Kelasakke gamana koḍuvudilla). *Without* bribes our work will not be attended to.

'ಓ' (oh)' 'ಎಷ್ಟು' (eṣṭu), 'ಎಂಥ' (entha), 'ಹಾಗೆ' (Hāge), 'ಹೀಗೆ'(Hīge), 'ಕೊಡದೆ'(koḍade)-such words do not take different forms according to the numbers and cases. But some adverbs 'ಅಲ್ಲಿ (alli), there, 'ಇಲ್ಲಿ'(illi) here, 'ಸುತ್ತ' (sutta) around, 'ಆಚೆ, (āche) away, 'ಮೇಲೆ' (mēle) above, 'ಕೆಳಗೆ' (keḷage) below, 'ಹಿಂದೆ' (hinde) behind, 'ನಾಳೆ' (nāle) tomorrow etc, take different formr in the instrumental, the dative, the genitive and the locative cases.

Examples :

ಅಲ್ಲಿಂದ ಇಲ್ಲಿಗೆ ಬಾ (*allinda* illige bā) Come *frcm there* to here.

ನಾಳೆಯನ್ನು ನಂಬಬೇಡ (Nāḷeyannu nambabēḍa) Do not believe on tomorrow.

Study the following sentences and notice the use of 'Avyaya' in italicised types :

ಸುಮ್ಮನೆ ಕುಳಿತಿದ್ದ ನಾಯಿ ಥಟ್ಟನೆ ಎದ್ದಿತು. (*Summane* kuḷitidda nāyi *thaṭṭane* edditu) The dog which was *just* sitting, got up *suddenly*.

ಓಹೋ! ನಿನಗೆ ಮೊದಲ ಬಹುಮಾನ ಬಂತೆ? (ōhō! ninage modala bahumāna bantē? *Oh*! did you get the first prize?

ಓದದೆ ಬರಯದೆ ಒಂದು ಭಾಷೆಯನ್ನು ಕಲಿಯಲು ಸಾಧ್ಯವಿಲ್ಲ
ōdade bareyade ondu bhāṣeyannu kaliyalu sādhyavilla.)

A language cannot be learnt *without* reading and (*with out*) writing

Here is a list of Indeclinables (ಅವ್ಯಯಗಳು).
Read and remember them.

ಇಲ್ಲ (illa) No.
ಅಹುದು (ahudu) Yes.
ಬೇಕು (bēku) Want.
ಅಲ್ಲ (alla) Not.
ಮತ್ತು (mattu) And.
ಕೇಳಿ (kēḷi) Having heard.
ಆದುದರಿಂದ (ādudarinda) Therefore.
ನೋಡುತ್ತಾ (nōduttā) Seeing.
ಮಾಡುತ್ತಾ (māduttā) doing.
ಮಾಡಿದರೆ (mādidare) If done.
ತುಂಬ (tumba) Much.
ಸಾಕು (sāku) enough.
ಹೇಳಿ (hēḷi) Having told.
ಸುತ್ತಲೂ (suttalū) All around.
ಏಕೆಂದರೆ ēkendare) Because.
ಇಂತು (intu) Like this.
ಸುಮ್ಮಗೆ (summage) Just.
ಆಡಿದರೆ (āḍidare) If you speak.
ಥಟ್ಟನೆ (thaṭṭane) Suddenly.

ಸಂಗಡ(sangaḍa) Along with.

ಕೂಡಲೆ (kūḍale) Immediately.

ಬಳಿಕ (baḷika) Afterwards.

ಆದರೆ (ādare) But.

ಬೇಡ (bēda) don't want.

ಅಂತೆ (ante) like that.

ಬೇಗನೆ (bēgane) Quickly

ಸ್ವಲ್ಪ (swalpa) Little.

Exclamatory words.

ಓಹೋ (ōhō) Oh ಅಹಹ (ahaha) ಛೀ (chi)

ಅಯ್ಯೋ (ayyō) ಥೂ (thū)

1) The general word order of a sentence in kannada is— SUBJECT...OBJECT.. VERB

2) The verb in a kannada sentence is generally found at the end of a sentence and agrees with the subject in person, gender, and number.

3) A kannada noun-base takes specific suffixes to denote the different genders, numbers, and cases.

A noun form will have these components:

Base+plural suffix (if necessary)+case suffix = Nounform

ಹುಡುಗ + ಅರು + ಅನ್ನು = ಹುಡುಗರನ್ನು

Huḍuga+aru +annu = Huḍugarannu

4) A kannada root verb takes specific suffiixes to denote the different tenses, persons, genders, numbers and moods.

A verb form will have these components:

Verb root + case suffix + personal suffix = verb form

ಬರೆ + ದ + ಅನು = ಬರೆದನು

Bare + da + anu = Baredanu

[verbmood suffix in the case of moods]

[ಮಾಡು + ಅಲಿ Mād + uali = ಮಾಡಲಿ = Mādali

5) An adjective qualifies a noun or another adjective and precedes such a word.

6) An adverb modifies a verb and precedes it.

7) "Avyayas" (Indeclinables) do not change their form for number, case etc.

8) where "ನ" (ನು, ನೆ) (na) (nu, ne) at the end of a verb represents masculine singular form, generally 'ಳ' (ಳು, ಳೆ) ḷa (ḷu, ḷe) represents the corresponding feminine singular form and 'ರ' (ರು, ರೆ) ra (ru, re) represents common gender in the plural form.

9) 'ಉತ್ತ' utta in (the middle of) a verb denotes the present tense, 'ದ' (da) the past tense, and 'ವ' (va) the future tense.

LESSON 11

Derivative Words

ಸಾಧಿತ ಪದಗಳು (Sādhita Padagaḷu)

Euphonic Union ಸಂಧಿಗಳು (Sandhigaḷu)

Every language has its own method of forming new words. Usually prefixes and suffixes are added to the base words to form new words. In Kannada also some suffixes are added to nouns and verbs to get new nouns andverbs. Such derivated words are known as ಸಾಧಿತಪದಗಳು (Sādhita padagaḷu) in Kannada.

Observe the following examples and note how prefixes and suffixes are used to form new words.

ಆ ಪ್ರಶ್ನೆಯನ್ನು ಯಾರು ಪ್ರಶ್ನಿಸಿದರು?

A praśneyannu yāru *prasnisidaru*?

Who asked that question?

ಯಾವುದು ನ್ಯಾಯ? ಯಾವುದು ಅನ್ಯಾಯ?

Yāvudu *nyāya*, yāvudu *anyāya*?

What is *justice* and what is *injustice*?

ಬಳೆಗಾರನು ಬಳೆಗಳನ್ನು ಮಾರುವುದರಿಂದ ಹಣವಂತನಾದನು.

Baḷegāranu baḷegaḷannu māruvudarinda *hanavantha*nādanu.

The *bangleseller* became rich by selling bangles.

Examine the components of the words:

Base words	Prefix	Suffix	Derivative	English equivalent
ನ್ಯಾಯ(nyāya)	ಅ+(a)		ಅನ್ಯಾಯ(anyāya)	Injustice
ಕುಣಿ(kuṇi)		+ತ(ta).	ಕುಣಿತ(kuṇita)	dance (noun)
ಬಳೆ(baḷe)		+ಗಾರ(gāra)	ಬಳೆಗಾರ(baḷegāra)	bangle. seller
ಹಣ (hana)		+ವಂತ (vantha)	ಹಣವಂತ(hanavantha)	moneyed person
ಪ್ರಶ್ನೆ(prasne)		+ಇಸು(isu)	ಪ್ರಶ್ನಿಸು(prasnisu)	to question

Thus in Kannada we add prefixes and suffixes not only to get the required noun forms and verb forms but also to derive other new words. The kannada word for a suffix or a prefix is 'ಪ್ರತ್ಯಯ' (pratyaya). These affixes (prefix or a suffix) convey specific meanings. Some times it is difficult to recognize the affixes in some combinations, because they are fused with the base words.

Ex.: ಮನೆಯಲ್ಲಿ ಇರುವ ಹಾಲಲ್ಲಿ ನೊಣ ಇದೆ.

(*Maneyalli* iruva *hālalli* nona ide.)

There is a fly in the milk kept in the house.

Observe the words ಮನೆಯಲ್ಲಿ (maneyalli)-in the house, ಹಾಲಲ್ಲಿ (hālalli)-in the milk. In 'ಮನೆಯಲ್ಲಿ (maneyalli)' 'ಅಲ್ಲಿ' (alli) is clearly seen as a suffix. But in 'ಹಾಲಲ್ಲಿ' (hālalli) (ಹಾಲು+ಅಲ್ಲಿ) (hālu +alli) ಅಲ್ಲಿ (alli) is merged with 'ಹಾಲು' (hālu) and is not clearly recognized. When split up we see the components 'ಹಾಲು' (hālu) and ಅಲ್ಲಿ alli in ಹಾಲಲ್ಲಿ (hālalli). So a knowledge of the rules

'Euphonic uniōn' the blending of the sounds will help us to know the correct suffixes 'ಪ್ರತ್ಯಯ ಗಳು' (pratyayagalu) and the meanings they give. Such a union is called 'Sandhi' - 'ಸಂಧಿ' in Kannada.

A fair amount of knowledge of 'sandhi' is essential for deriving the different noun and verb forms and in deriving new words.

When two sounds come together it is necessary to bring about some changes in them to enable a fluent Pronunciation as in :

ಮಗು (magu) + ಕಳ್ (kal) = ಮಕ್ಕಳ್ (makkal).

ಕೆಂ (kem) + ಸೊಡರ್ (sodar) = ಕೆಂಜೊಡರ್ (kenjodar).

ಕಾಗದ (kāgada) + ಏ (ā) = ಕಾಗದವೇ (kāgadavē).

Rules of Sandhi:

Examine the following sentences carefully:

1. ನಮ್ಮೂರಲ್ಲಿ ಹಾಗಿಲ್ಲ. (nammūralli *hāgilla*)

   It *is not so* in our town.

2 ಮಗುವನ್ನು ಕೈಯಲ್ಲಿ ಎತ್ತಿಕೊಂಡು ಬಾ.

   (*Māguvannu kaiyalli* yethikondu bā.)

   Lift *the child by hand* and bring it.

3. ಚಳಿಗಾಲದಲ್ಲಿ ಹೂಗಳು ಅರಳುವುದಿಲ್ಲ.

   (*Chnḷigāladalli* hūgaḷu araḷuvudilla.)

   During winter the flowers do not blossom.

Rule 1 :

Split up the words 'ನಮ್ಮೂರಲ್ಲಿ' (nammūralli) and 'ಹಾಗಿಲ್ಲ' (hāgilla) and observe the vowels involved.

ನಮ್ಮೂರಲ್ಲಿ: ನಮ್ಮ + ಊರು = ನಮ್ಮೂರು

nammūralli: namma + ūru = nammūru

(ಅ) + ಊ = ಊ (a) + ū = ū

ನಮ್ಮೂರು + ಅಲ್ಲಿ = ನಮ್ಮೂರಲ್ಲಿ

nammūru + alli = nammūralli

(ಉ) + ಅ = ಅ u + a = a

ಹಾಗಿಲ್ಲ: ಹಾಗೆ + ಇಲ್ಲ = ಹಾಗಿಲ್ಲ (ಎ) + ಇ = ಇ

Hāgilla: Hāge + illa = hāgilla (e) + i = i

In Kannada we do not have natural vowel clusters. So when two vowels come together one of them has to be eliminated and generally the first vowel is eliminated. Notice in the above examples that the first vowels (ಅ, ಉ, ಎ) (a), (u), (e) are eliminated.

Observe the following examples and notice how the first vowels are eleminated.

ಹಾಗೆ + ಅಲ್ಲ = ಹಾಗಲ್ಲ; ಹಾಗೆ + ಆಗಿ = ಹಾಗಾಗಿ

(Hāge + alla = Hāgalla); Hāge + āgi = Hāgāgi

ಹಾಗೆ + ಇಲ್ಲ = ಹಾಗಿಲ್ಲ; ಹಾಗೆ + ಉಂಟು = ಹಾಗುಂಟು

(Hāge + illa = Hagilla); (Hāge + unṭu = Hāgunṭu)

ಹಾಗೆ + ಎಲ್ಲಿ = ಹಾಗೆಲ್ಲಿ; ಹಾಗೆ + ಏನು = ಹಾಗೇನು

(Hāge + elli = Hāgelli); (Hāge + ēnu = Hāgēnu)

ಹಾಗೆ + ಒಂದು = ಹಾಗೊಂದು; ಹಾಗೆ + ಐದು = ಹಾಗೈದು

(Hāge + ondu = Hāgondu) (Hāge + aidu = Hāgaidu)

Note how 'ಗೆ' (ge) changes to 'ಗ್' (go) and then takes the next vowel.

ಅದು + ಎಲ್ಲಿ → ಅದ್ + ಎಲ್ಲಿ = ಅದೆಲ್ಲಿ (ಉ + ಎ → ಎ)

(adu + elli) → (ad + elli) = (adelli) (u + e → e)

ನಮ್ಮ + ಅಣ್ಣ → ನಮ್ + ಅಣ್ಣ = ನಮ್ಮಣ್ಣ (ಅ + ಅ → ಅ)

(namma + aṇṇa) → (nam + aṇṇa) = (namaṇṇa (a + a → a)

ಅಲ್ಲಿ + ಇಲ್ಲ → ಅಲ್ + ಇಲ್ಲ = ಅಲ್ಲಿಲ್ಲ (ಇ + ಇ = ಇ)

(alli + illa → (all + illa) = (allilla) (i + i → i)

ಅಲ್ಲಿ + ಅಲ್ಲಿ → ಅಲ್ + ಅಲ್ಲಿ = ಅಲ್ಲಲ್ಲಿ (ಇ + ಅ → ಅ)

(alli + alli = (all + alli) = allalli (i + a = a)

ಆಗ + ಈಗ → ಆಗ್ + ಈಗ = ಆಗೀಗ (ಅ + ಈ → ಈ)

āga + īga → āg + īga = āgīga (a + i → ī)

This sort of elimination is known as 'ಲೋಪ ಸಂಧಿ' (Lōpa-Sandhi). This is most common in Kannada.

This is some what like 'Elision' in English as in the following examples:

Nature + al = Natural; Fame + ous = Famous

Make + er = Maker; Where + ever = Wherever

Rule 2.

Now consider the second sentence and split the words 'ಮಗುವನ್ನು' (Maguvannu) and 'ಕೈಯಲ್ಲಿ' (Kaiyalli)

ಮಗುವನ್ನು: ಮಗು+ಅನ್ನು → ಮಗು+ವ್+ಅನ್ನು
(Maguvannu): Magu+annu → Magu+v+annu
[ವ್ is added]

ಕೈಯಲ್ಲಿ: ಕೈ+ಅಲ್ಲಿ → ಕೈ+ಯ್+ಅಲ್ಲಿ
(Kaiyalli): (Kai+alli) → (Kai+y+alli)
[ಯ್ is added]

Some times elimination the of first vowel is not convenient as it creates confusion in meaning as in.

ಮಡು (lake) + ಇದು (This) = ಮಡಿದು (Having died)
Maḍu + idu Maḍidu
ತಂದೆ (Father) + ಇಲ್ಲ (No) = ತಂದಿಲ್ಲ (Has not brought)
Tande + illa = Tandilla

In such cases both the vowels are retained and to do so a consonant is introduced in between as in:

ಮಡು+ಇದು → ಮಡು+ವ್+ಇದು = ಮಡುವಿದು (this lake)
(Maḍu+idu) → (Maḍu+vi+du) = (Maḍuvidu)
ತಂದೆ+ಇಲ್ಲ → ತಂದೆ+ಯ್+ಇಲ್ಲ = ತಂದೆಯಿಲ್ಲ (No father)

ಯ್, ವ್, ದ್, and ನ್ are the most common consonants so inserted. Look at the following vowels undergoing union.

ಕಾಗದ+ಅನ್ನು = ಕಾಗದ+ವ್+ಅನ್ನು = ಕಾಗದವನ್ನು
(Kāgada+annu) = (Kāgada+v+annu)
= (Kāgadavannu)

ಮಗು + ಎಲ್ಲಿ = ಮಗು + ವ್ + ಎಲ್ಲಿ = ಮಗುವೆಲ್ಲಿ

(Magu+elli) =(Magu+v+elli= maguvelli

ಹೂ + ಇಂದ = ಹೂ + ವ್ + ಇಂದ = ಹೂವಿಂದ

(Hū+inda) = (Hū+v+inda=Huvinda)

ಗೋ + ಇಗೆ = ಗೋ + ವ್ + ಇಗೆ = ಗೋವಿಗೆ

(Gō+ige) = (Gō+v+ige) =(Gōvige)

ಕಾ + ಅಲು = ಕಾ + ಯ್ + ಅಲು = ಕಾಯಲು

(Kā+alu) =(Kā+y+alu) =(Kāyalu)

ಹುಲಿ + ಒಂದು = ಹುಲಿ + ಯ್ + ಒಂದು = ಹುಲಿಯೊಂದು

(Huli+ondu) =(Huli+y+ondu

=(Huliyondu)

ಮೇ + ಇಸು = ಮೇ + ಯ್ + ಇಸು = ಮೇಯಿಸು

(Mē+isu) =(Mē+y+isu) =(Mēyisu)

ಮೈ + ಅಲ್ಲಿ = ಮೈ + ಯ್ + ಅಲ್ಲಿ = ಮೈಯಲ್ಲಿ

(Mai+alli =(Mai+y+alli) =(Maiyalli)

ಹುಡುಗ + ಅನ್ನು = ಹುಡುಗ + ನ್ + ಅನ್ನು = ಹುಡುಗನನ್ನು

(Huduga+annu)=(Huduga+n+annu)

=(Huḍuganannu)

ಬೆನ್ + ಇಗೆ = ಬೆನ್ + ನ್ ಇಗೆ = ಬೆನ್ನಿಗೆ

(Ben+ige = (Ben+n+ige = Bennige

ಕಣ್ + ಎವೆ = ಕಣ್ + ಣ್ + ಎವೆ = ಕಣ್ಣೆವೆ

(Kan+eve) = Kaṇ+ṇ+eve =Kanneve

Such a sandhi where new consonants are introduced is known as 'ಆಗಮ ಸಂಧಿ' (āgama sandhi). This can be compared with the duplication of letters in English as in:

Sit+ing=Sitting; Spot+ed=Spotted

Set+ing=Setting; Fit+ing=Fitting

Drug+ist=Druggist

Thus a lopa sandhi or an āgama sandhi is a case between two adjecent vowels.

Rule 3

Now examine the third sentence and split up 'ಚಳಿಗಾಲ' (chaḷigāla) and note the change.

ಚಳಿಗಾಲ ಚಳಿ+ಕಾಲ =ಚಳಿಗಾಲ ಕಾ⟶ಗಾ, ಕ್⟶ಗ್

chaḷigāla chaḷi+kāla=chaḷigāla kā⟶gā k⟶g

Similarly in:

ಹೂದೋಟ: ಹೂ+ತೋಟ= ಹೂದೋಟ ತೋ=ದೋ, ತ್=ದ್

(Hūdōta:)(Hū+tōta)=(Hūdōta)(tō=dō, t=d)

ಪೆರ್ಬುಲಿ: ಪೆರ್+ಪುಲಿ = ಪೆರ್ಬುಲಿ ಪು=ಬು,ಪ್=ಬ್

(Perbuli) (per+puli)=(perbuli) (pu=bu, p=b)

When a vowel or a consonant is followed by a consonant like 'ಕ್', 'ತ್', 'ಪ್' these are substituted by 'ಗ್', 'ದ್', 'ಬ್' respectively.

Study the following examples and note the substitutions.

ಕ್⟶ಗ್:

ನೆಲ+ಕಡಲೆ = ನೆಲಗಡಲೆ (ground nut)

(Nela+Kaḍale = Nelagaḍale

ಹುರಿ+ಕಡಲೆ = ಹುರಿಗಡಲೆ (Roasted nut)

(Huri+Kaḍale)= (Hurigaḍale)

ರಸ + ಕಬ್ಬು = ರಸಗಬ್ಬು (Juicy sugar cane)
(Rasa + Kabbu) = (Rasagabbu)
ಮರ + ಕೆಲಸ = ಮರಗೆಲಸ (Wood-work)
(Mara + Kelasa) = (Maragelasa)
ಹೊಲ + ಕೆಲಸ = ಹೊಲಗೆಲಸ (Agriculture)
(Hola + Kelasa) = (Holagelasa)
ಕಲ್ + ಕಂಬ = ಕಲ್ಗಂಬ (Stone pillar)
(Kal + Kamba = (Kalgamba)

ಪ್ → ಬ್

ಹೂ + ಪುಟ್ಟಿ = ಹೂಬುಟ್ಟಿ (Flower basket)
(Hū + Puṭṭi) = (Hūbuṭṭi)
ಚೆಂ + ಪೊನ್ = ಚೆಂಬೊನ್ (Copper)
(Chem + pon) = (Chembon)
ಆಡಂ + ಪೊಲ = ಆಡುಂಬೊಲ (Play ground)
(ādum + pola) = (ādumbola)
ಹೊನ್ + ಹಲಗೆ = ಹೊಂಬಲಗೆ (Gold plank)
(Hon + Halage = (Hombalage)

ತ್ → ದ್

ಹುಲಿ + ತೊಗಲು = ಹುಲಿದೊಗಲು (Tiger skin)
(Huli + togalu) = (Hulidogalu)
ಕೆಂ + ತುಟಿ = ಕೆಂದುಟಿ (Red lip)
(Kem + tuṭi) = (Kandōṭa)
ಮುಂ + ತಲೆ = ಮುಂದಲೆ (Forehead)
(Mum + tale) = (Mundale)
ಕಾಲ್ + ತುದಿ = ಕಾಲ್ದುದಿ (Leg-end)
(Kāl + tudi) = (Kāldudi)
ಹೂ + ತೋಟ = ಹೂದೋಟ (Flower garden)
(Hū + tōṭa) = (Hūdōṭa)

ಸ್ = ಜ್ ; ಚ್ = ಜ್

ಕೆಂ + ಸೊಡರ್ = ಕೆಂಜೊಡರ್ (Red light)

(Kem + Soḍar = (Kenjoḍar)

ಕೆಂ + ಚೇಳು = ಕೆಂಜೇಳು (Red scorpion)

(Kem + chēḷu = (Kenjōḷu)

This kind of sandhi is known as 'ಆದೇಶಸಂಧಿ' (ādesha Sandhi). This can be compared with substitution in English as in:

In + capable = Incapable;

Ir + regular = Irregular; Il + legal = Illegal

The union of letters (sounds) according to these rules is compulsory when suffixes or prefixes are added as in ಮಗು ಅನ್ನು = ಮಗುವನ್ನು (Magu + annu) = (Maguvannu) or ಹಿಂ (him) + ತಲೆ (tale) = ಹಿಂದಲೆ (hindale) or when compound nouns are formed as in: ಅರಸು ಕುವರ ಅರಸುಗುವರ Prince (Arasu Kuvara Arasuguvara).

Derivation of Nouns and Verbs
ನಾಮಪದ ಕ್ರಿಯಾಪದಗಳಿಂದ ಸಾಧಿತವಾದ ಪದಗಳು

(Nāmapada Kriyā padagaḷinda Sandhitavāda Padagaḷu

New words are formed from root words mainly by adding affixes. These additions are made according to the rules of 'sandhi'. Observe how many words can be formed from the verb root 'ಬಿಡು' (biḍu) (to leave)

ಬಿಡು (biḍu) = to leave. ಬಿಡು (biḍu) = leave (imperative mood). ಬಿಡುಗೆ (biḍuge) = leaving. ಬಿಡುವು (biḍuvu) = leisure leaving. ಬಿಡುಗಡೆ (biḍugaḍe) = release. ಬಿಡಿಸು (biḍisu) = to cause one to leave. ಬಿಡಲಿ (biḍali) = let him leave. ಬಿಡುವವನು (biḍuvavanu) = one who leaves. ಬಿಡುವ [ಮನೆ] (biḍuva [Mane] = which is to be left-adjective ಬಿಟ್ಟು ಬಿಡು (biṭṭu biḍu) = leave off.

Some new words are formed by internal inflexion of the disyllabic roots by lengthening the first vowel as in:-

ಬಿಡು (biḍu) = to leave. ಬೀಡು (bīḍu) = camp
ಕೆಡು (keḍu) = to be ruined. ಕೇಡು(kēḍu) = ruin
ಇಡು (iḍu) = to keep ಈಡು(īdu) = enough

We shall study in this chapter how new words are formed and what affixes (ಪ್ರತ್ಯಯಗಳು, pratyayagaḷu) are added.

Examine the following Sentences:

ಬುದ್ಧಿವಂತನು ಗುಣವಂತನನ್ನು ಮೆಚ್ಚಿಕೊಳ್ಳುತ್ತಾನೆಯೇ ಹೊರತು ಹಣವಂತನನ್ನಲ್ಲ.

(Buddhivantanu guṇavantanannu mechchikoḷḷuttāneyē horatu haṇavantananalla)

The intelligent man appreciates a virtuous man and not merely a rich man.

ಮಾರನು ಪ್ರಶ್ನಿಸುತ್ತಿದ್ದಾನೆ, ಬೀರನು ಉತ್ತರಿಸುತ್ತಿದ್ದಾನೆ.

(Māranu praśnisuttiddāne, Bēranu uttarisuttiddāne)

Māra is questioning, Bēra is answering.

ಅವನು ತನ್ನ ಜಾಣತನವನ್ನು ಪ್ರದರ್ಶಿಸಲು ಹೋದನು, ಆದರೆ ತನ್ನ ದಡ್ಡತನವನ್ನೇ ಪ್ರದರ್ಶಿಸಿದನು.

Avanu tanna jaṇatanavannu pradarśisalu hōdanu, ādare tanna daḍḍatanavannē pradarśisidanu)

ಬೇಟೆಗಾರನು ಬಳೆಗಾರನನ್ನು ಮೋಸಗಾರನೆಂದು ದೂಷಿಸಿದನು.

(Bēṭegāranu baḷegāranannu mōsagāranendu dūṣisidanu.)

The hunter abused the bangle seller as a cheat.

These exampies show how a new noun is formed starting from a noun base.

ಬುದ್ಧಿ	(buddhi)	= Intelligence
ವಂತ	(vanta)	= one who has this
ಬುದಿ ವಂತ	(buddhivanta)	= Intelligent man

ಬಳೆಗಾರ	(Baḷegāra)	=Bangle-vendor
ಜಾಣ	(Jāna)	=Clever
ಜಾಣತನ	(Jānatana)	=Cleverness
ದಡ್ಡತನ	(Daḍḍatana)	=Foolishness
ಪ್ರಶ್ನೆ	(Praśne)	= A question
ಪ್ರಶ್ನಿಸು	(Praśnisu)	=to question
ಉತ್ತರ	(uttara).	=An answer
ಉತ್ತರಿಸು	(uttarisu)	=To answer.
ಬೇಟೆ	(Bēṭe)	=A hunt
ಬೇಟೆಗಾರ	(bēṭegāra)	=hunter

A set of suffixes known as ತದ್ಧಿತ ಪ್ರತ್ಯಯಗಳು (Taddhita's) are added to the noun base to get new nouns.

Given below are some common 'taddhita' suffixes with the English equivalents:

Suffix	Meaning and example
ವಂತ (Vanta)	one who possesses this ಹಣವಂತ (Haṇavaṇta) Moneyedman ಬುದ್ಧಿವಂತ (Buddhivanta) ಶೀಲವಂತ (Sīlavanta) ಸಿರಿವಂತ (Sirivanta) ಗುಣವಂತ (Guṇavanta)
ಗಾರ (Gāra)	one who does this 'er'-as in 'player', 'dancer'. ಆಟ (āṭa) play ಆಟಗಾರ (āṭagāra)=player, ಸಾಲಗಾರ (Sālagāra) = debtor ಮೋಸಗಾರ (Mōsagāra)=cheat ವೇಷಗಾರ (Veṣagāra)=masquerader

ತನ (tana) of this quality 'ness' as in "cleverness", 'Sharpness'. ಸಿರಿ (Siri) Riches ಸಿರಿತನ (Siritana)=richness
ಹಿರಿತನ (Hiritana)=elderliness
ದೊಡ್ಡತನ (Doḍḍatana)=greatness
ಹುಡುಗುತನ (Huḍugutana)=childish
ಬಡತನ (Baḍatana)=Poverty

ಆಡಿಗ (ādiga) one who plays or deals with
ಹಾವು (Hāvu) =Snake
ಹಾವಾಡಿಗ (Hāvādiga) Snake-charmer
ಹೂವಾಡಿಗ (Hūvādiga) flower-dealer

ಇ, ಎ, ಇತಿ, ಇತ್ತಿ (iti, itti) These are the feminine suffixes used to change the gender of a masculine.

ಹುಡುಗ+ಇ=ಹುಡುಗಿ (Huḍuga+i)=(Huḍugi)
ಜಾಣ+ಎ=ಜಾಣೆ (Jāṇa+e)=(Jāṇe)
ಬ್ರಾಹ್ಮಣ+ಇತಿ=ಬ್ರಾಹ್ಮಣಿತಿ(Brāmhaṇa+iti)=(Brāmhaṇiti)
ಒಕ್ಕಲಿಗ+ಇತ್ತಿ=ಒಕ್ಕಲಗಿತ್ತಿ (okkaliga+itti)=(okkalagitti)

ಇಗ (iga) one who knows something of
ಕನ್ನಡ+ಇಗ =ಕನ್ನಡಿಗ
ಬಾಣಸ+ಇಗ=ಬಾಣಸಿಗ
Bāṇasa+iga=Bāṇasiga (cook)
ಲೆಕ್ಕಿಗ (lekkiga), ಗಾಣಿಗ (gāṇiga)

ಇಸು (issu) 'ಇಸು (isu)' is added to some nouns to change them into verbs.

ಪ್ರಶ್ನೆ + ಇಸು = ಪ್ರಶ್ನಿಸು (Praśne + isu = (Praśnisu) to question

ಉತ್ತರ + ಇಸು = ಉತ್ತರಿಸು (uttara + isu) = (uttarisu) to answer

ಹೆಸರು + ಇಸು = ಹೆಸರಿಸು (Hesaru + isu = (Hesarisu) To name

ವಿಚಾರ + ಇಸು = ವಿಚಾರಿಸು (vichara + isu = vicharisu) To enquire

ಸಮಾಸ (Samāsa) or Compound Nouns:

By adding another noun to a noun base a compound noun is formed. In kannada such a compound noun is called a Samāsa.

Examine the following sentences:

'ತಲೆಯಲ್ಲಿ' ಮತ್ತು 'ನೋವು' ಈ ಎರಡು ಪದಗಳು ಸೇರಿ 'ತಲೆನೋವು' ಎಂದಾಗುತ್ತದೆ. ('Taleyalli mattu 'nōvu' ē eradu padagaḷu sēri 'Talenōvu' endāguttade)

'Tolenōvu' is formed by the combination of the words 'taleyalli' and 'nōvu'

ಕೆಂಪಾದ ತಾವರೆಯನ್ನು ಕೆಂದಾವರೆ ಎಂದು ಕರೆಯುತ್ತೇವೆ (Kempāda tāvareyannu kendāvare endu kareyuttēve) We call a lotus, red in colour as Kendāvare (red lotus).

ತೋಟದಲ್ಲಿ ಗಿಡಮರಬಳ್ಳಿಗಳು ಇವೆ (Tōṭadalli giḍamara-baḷḷigalu ive) There are plants, trees and creepers in the garden.

Split the following words to their components

ಗಿಡಮರಬಳ್ಳಿಗಳು →ಗಿಡವೂ + ಮರವೂ + ಬಳ್ಳಿಯೂ

gidamarabaḷḷigaḷu→(gidavu)(maravu)(baḷḷiyu)

ಕೆಂದಾವರೆ →ಕೆಂಪಾದ+ತಾವರೆ

(Kendāvare) →(Kempāda+tāvare)

ತಲೆನೋವು →ತಲೆಯಲ್ಲಿ+ನೋವು

(Talenōvu) → (taleyalli)+(nōvu)

Note that the suffix at the end of the first word is deleted.

Compare the Samāsas with the compound words in English.

ಕಲ್ಲಿನ+ಕಟ್ಟಡ=ಕಲ್ಕಟ್ಟಡ (kallina+kaṭṭaḍa+ =(kalkaṭṭada)

of stone+A Building=A stone building

ತಲೆಯಲ್ಲಿ+ನೋವು=ತಲೆನೋವು

(taleyalli+nōvu)=(talenōvu)

in the head+ache=Head-ache

Components First word+Second word Compound word

ಅ) ನಾಮಪದ+ನಾಮಪದ (Noun+Noun)

ಆನೆಗಳು+ಕುದುರೆಗಳು ಆನೆಕುದುರೆಗಳು

(ānegaḷu+kuduregaḷu) (ānekuduregaḷu)

ರಾಮನು+ಲಕ್ಷ್ಮಣನು ರಾಮಲಕ್ಷ್ಮಣರು

(Ramanu + Laxmaṇanu)꞉(Ramalaxmaṇanu)
ಮರದ (Marada) + ಕೈ (kai) ಮರಗೈ (Maragai)
ಬಾಳೆಯ (Bāḷeya) + ಹಣ್ಣು (Haṇṇu) ಬಾಳೆಹಣ್ಣು (Bāḷehaṇṇu)

ಮಾವಿನ (Māvina) + ಹಣ್ಣು (Haṇṇu) ಮಾವಿನಹಣ್ಣು (Māvinahaṇṇu)

ಕಣ್ಣಿನ (Kaṇṇina) + ನೀರು (nīru) ಕಣ್ಣೀರು (Kaṇṇiru)

ಆ) ಗುಣವಾಚಕ + ನಾಮ (guṇvāchaka) + (nāma)

Adjective + Noun

ಸುಳ್ಳಾದ (Suḷḷāda) [ಸುಳ್ಳು + ಆದ] + ಮಾತು (Mātu) = ಸುಳ್ಳುಮಾತು (Suḷḷumātu)

ತಣ್ಣನೆಯ (Taṇṇaneya) + ನೀರು (nīru) ತಣ್ಣೀರು (taṇṇiru)

ಇ) ಸಂಖ್ಯಾ + ನಾಮ (sankhyā + nāma) numeral, noun

ಮೂರಾದ + ಕಣ್ಣು = ಮೂರುಕಣ್ಣು

(Mūrāda) (kaūṇu) (Mūrukaṇnu)

ಮೊದಲನೆಯ + ಪುಸ್ತಕ = ಮೊದಲಪುಸ್ತಕ

(Modalaneya) + (Pustaka)(Modala pustaka)

ಉ) ನಾಮ + ಅವ್ಯಯ (Nama) + (avyaya)

Noun + Indeclinable

ಕಾಲಿನ + ಮುಂದು = ಮುಂಗಾಲು

(Kālina) + (Mundu) (Mungālu)

ತಲೆಯ + ನಡು = ನಡುದಲೆ

(Taleya) + (Nadu)(Naḍudale)

ಊ) ನಾಮ+ಕ್ರಿಯಾ (Nāma)+(Kriya) Noun+verb

ತಲೆಯನ್ನು + ಬಾಗು=ತಲೆಬಾಗು

(Taleyannu) + (Bāgu) (Talebāgu)

ಕೈಯನ್ನು + ಮುಗಿ=ಕೈಮುಗಿ

(Kaiyannu) + (Mugi) (Kaimugi)

ಈ) ಸರ್ವನಾಮ + ನಾಮ (Sarvanāma) + (nāma)
pronoun+Noun

ಅವನು+ಮನುಷ್ಯ=ಆ ಮನುಷ್ಯ

(Avanu) +(Manuṣya) (ā manuṣya)

ಯಾವುದು+ಮನೆ=ಯಾವ ಮನೆ

(yāudu)+(manē) (yāva manē)

ನೀನು ಹೊಲಿಯುವ ಹೊಲಿಗೆಯನ್ನು ಮೆಚ್ಚಿದ್ದೇನೆ ಆದ್ದರಿಂದ ಈ ಮೆಚ್ಚಿಗೆಯನ್ನು ಕೊಡುತ್ತಿದ್ದೇನೆ.

(Nīnu holiyuva holigeyannu mechchiddēne āddarinda ī mechchigeyannu koḍuttiddene)

I have appreciated your stitching. Therefore I am giving this appreciation.

ಅವನ ದುಡಿತವೆಲ್ಲ ಅವನ ಕುಡಿತ, ಕುಣಿತಗಳಿಗೇ ಸಾಲದು.

(Avana duḍitevella avana Kuḍita Kuṇita gaḷigē sāladu)

All his earning is not enough even for his drinking and dancing.

ಆನೆ ಆಟ ಆಡುತ್ತಿರುವುದನ್ನು ನೋಡು.

(āne āṭa āḍuthiruvudannu noḍu.)

See the elephant playing the game.

Given below are the new nouns derived from verb bases.

ಬೇಡು (bēḍu) = to beg; ಬೇಡು+ಇಕೆ=ಬೇಡಿಕೆ
Bēḍu+ike=Bēḍike (begging) noun)

ಹೆದರಿಸು (hedarisu) = to threaten; ಹೆದರಿಸು+ ಇಕೆ=ಹೆದರಿಸುವಿಕೆ hedarisu+ike=hedarisuvike
Threatening (noun).

ಕುಣಿ (Kuṇi) = to dance; ಕುಣಿ+ತ=ಕುಣಿತ Kuṇi+ta =Kuṇita (dancing)

ಆಡು (āḍu) = to play; ಆ(ಡು)+ಟ=ಆಟ ā(ḍu)+ṭa= āṭa (play)

ನಿಲ್ಲು (Nillu) = to stop (Intransitive verb);
ನಿಲ್ಲಿಸು (nillisu) Stop (transitive).

ಹೊಲಿ (holi) = to stitch; ಹೊಲಿ+ಇಗೆ=ಹೊಲಿಗೆ
holi+ige=holige (A stitch)

ಮೆಚ್ಚು (Mechchu) = to appreciate; ಮೆಚ್ಚು+ಇಗೆ= ಮೆಚ್ಚಿಗೆ Mechchu+ige=Mechchige appreciation.

ದುಡಿ (Duḍi) = to earn; ದುಡಿ+ತ = ದುಡಿತ
Duḍi+ta=Duḍita (earning)

ಕುಡಿ (Kuḍi) = to drink; ಕುಡಿ+ತ=ಕುಡಿತ Kuḍi+ta =Kuḍita (drinking)

verb-bases take a set of suffixes known as ಕೃತ್ ಪ್ರತ್ಯಯಗಳು (Krt Pratyayagaḷu) to form nouns and adjectives :

Krt Suffixes Verb+Suffix and Examples

ಇಕೆ, ವಿಕೆ (ike), (vike)

ಬೇಡು + ಇಕೆ = ಬೇಡಿಕೆ Bēḍu+ike=Bēḍike, ಹೆದರಿಸು + ಇಕೆ = ಹೆದರಿಸುವಿಕೆ hedarisu+ike=hedarisuvike, ಕಾಣಿಕೆ (kāṇike)-gift, ನೀಡಿಕೆ (nīḍike) giving, ಕೂಡಿಕೆ (kūḍike)-adding, ಬೆರೆಯುವಿಕೆ (bereyuvike)-mixing, ಹೇಳಿಕೆ (hēḷike)-statement, ಕೇಳಿಕೆ (kēḷike)-demand, ನಂಬಿಕೆ (nambike)-belief.

ಅವು, ವು (avu), (vu)

ಮರೆ + ವು = ಮರವು mare+vu=maravu -(forgetfulness)

ಸಾ + ವು = ಸಾವು Sā+vu=Sāvu (death)

ನೋ + ವು = ನೋವು nō+vu=nōvu -(pain

ಮೇವು (mēvu)-cattle feed ಕಾವು kāvu-(Beat)

ಬಾವು bavu-(swelling)

ಇಗೆ, ಗೆ (ige) (ge)

ಹೊಲಿ + ಗೆ ಹೊಲಿಗೆ holi+ge=holi+ge (stitching)

ನಂಬು + ಗೆ = ನಂಬುಗೆ nambu+ge=nambuge -(belief)

ತ (ta)

ಕುಣಿ + ತ = ಕುಣಿತ kuṇi+ta=kuṇita -(dancing)

ನೆಗೆ + ತ = ನೆಗೆತ nege+ta=negeta

ಕುಡಿ + ತ = ಕುಡಿತ kudi+ta=kuḍita-(drinking)

ಕೆರೆ + ತ = ಕೆರೆತ kere+ta=kereta-(scratching)

ಎ (e)

ನಗು+ಎ=ನಗೆ nagu+e=nagē -(laughter)

ಕೊಲೆ kole-(murder)

ಟ (tā)

ಆಡು+ಟ=ಆಟ āḍu+ṭā=āṭa -(play)

ನೋಡು+ಟ=ನೋಟ noḍu+tā=nōṭa -(sight)

ಓಟ ōṭa-(run) ಕಾಟ kāṭa (trouble)

ಪಾಟ (pāṭa)-lesson

ವಣಿಗೆ (vaṇige)

ಬರೆ+ವಣಿಗೆ=ಬರೆವಣಿಗೆ bare+vanige=bare-vaṇige -(writing)

ಮೆರೆ+ವಣಿಗೆ=ಮೆರೆವಣಿಗೆ mere+vanige=mere-vanige -(procession)

ಉದು, ವುದು (udu)

ಬರೆಯು + ಉದು = ಬರೆಯುವುದು (bareyu + udu= (bareyuvudu) writing

ನೋಡು+ವುದು=ನೋಡುವುದು nōḍu+udu=nōḍu-vudu seeing, ಈಜುವುದು (ījuvudu)-swimming

To a verb root are added suffixes like 'ವ' va), 'ಇದ' (ida), 'ಅಲು' (alu), and 'ಇ' (i) to get the respective participle forms:

ನೀನು ಮಾಡಿದ ಕೆಲಸ ಇದೆ ಏನು?

(nīnu mādida kelasa idē ēnu?)

Is this the work you did?

...ಳು ಬಲ್ಲದ್ದು ಇಷ್ಟೇ ಏನು?

(...eḷalu balladdu iṣte ēnu?)

Is this all you can say?

ಅವನು ಭಾಷಣವನ್ನು ಮುಗಿಸಿ ಹಾಡು ಹಾಡಿದನು.

(avanu bhāṣaṇavannu mugisi hāḍu hāḍi-danu.)

Having finished the speech he sang.

ನೀನು ಮಾಡುವ ಕೆಲಸ ಇದೆ ಏನು?

(nīnu māḍuva kelasa idē enu?)

Is this the work you do?

'ಇಸು' (isu) is added to a verb when an intransitive verb is changed into transitive and a transitive into a causitive verb:

Examples: *intransitive* *transitive*

ನಿಲ್ಲು (nillu)-stop ನಿಲ್ಲಿಸು (nillisu) to make one stop

ತಿನ್ನು (tinnu)-eat ತಿನ್ನಿಸು (tinnisu) to make one eat

ನೀನು ಅನ್ನವನ್ನು ತಿನ್ನು ಮಗುವಿಗೆ ಹಣ್ಣನ್ನು ತಿನ್ನಿಸು.

(nīnu annavannu tinnu, maguvige haṇṇannu tinnisu)

You eat rice feed the child with fruits.

ಮಾಡುವ — ಮಾಡು+ವ (Māḍuva) (Māḍu+va)

Similarly ಕೇಳುವ, (Kēḷuva), ಹೇಳುವ, (Hēḷuva), ಓದುವ (ōduva)

ಮಾಡಿದ — ಮಾಡು + ಇದ; (Māḍida) (Māḍu+ida)

Similarly ಕೇಳಿದ, (Kēlida), ನೋಡಿದ, (Nōḍida), ಹಾಡಿದ (Haḍida)

ಹೇಳಲು — ಹೇಳು + ಅಲು (Hēḷalu) (Hēḷu+alu)

Similarly ಹೋಗಲು, (Hōgalu), ಬೇಡಲು, (Bēḍalu), ನೋಡಲು (Nōḍalu)

ಮಾಡಿ — ಮಾಡು + ಇ (Māḍi) (Māḍu+i)

Similarly ಓಡಿ, (ōḍi), ನೋಡಿ, (Nōḍi), ಹೇಳಿ (Hōḷi)

d) A verb root can sometimes be added to such a participle to form a compound verb.

Examples:

Root+Suffix→Participle+Second verb→Compound verb

ಮಾಡು + ಇ→ಮಾಡಿ + ನೋಡು = ಮಾಡಿನೋಡು

(Māḍu+i)→(Māḍi+Nōḍu)=(Māḍinoḍu)
(to attempt to do)

ಕತ್ತರಿಸು + ಇ→ಕತ್ತರಿಸಿ + ಹಾಕು = ಕತ್ತರಿಸಿಹಾಕು

(Kattarisu+i)→(Kattarisi+hāku)=(Kattarisi-hāku) (to cut off)

ಎಳೆ + ದು →ಎಳೆದು + ಹಾಕು = ಎಳೆದುಹಾಕು

(eḷe+du)→(eḷedu+hāku)=(eḷeduhāku)
(to draw out)

ಮಾಡು (Māḍu) = do;
ಮಾಡಿಬಿಡು (Māḍibiḍu) = do (it at any cost)
ಓಡು (ōḍu) = run;
ಓಡಿಹೋಗು (ōḍihōgu) run away
ತಿನ್ನು (Tinnu) = eat;
ತಿಂದುಹಾಕು (Tinduhāku) = eat up

Some verbs undergo some internal changes such as lengthening the initial vowel to form nouns.

Examples:

ಬಿಡು (Biḍu) (to leave); ಬೀಡು (Bīḍu)-A camp.
ಸುಡು (Suḍu) (to burn); ಸೂಡು (Sūḍu)-fire.
ಇಡು (īḍu) (to keep) ಈಡು (īḍu)-sufficient
ಕೆಡು (Keḍu) (to spoil); ಕೇಡು (Kēḍu)-ruin

1) There are three important Sandhi rules. They are (a) When two vowels come together, the initial vowel is deleted. (b) A consonant is introduced in between. (c) When the first letter of the second word happens to be 'ಕ್', 'ತ್', 'ಪ್' they change to 'ಗ್', 'ದ್', 'ಬ್' respectively.

2) When prefixes or suffixes are added or when a 'Samasa' is formed the rules of 'Sandhi' must be applied compulsorily. In other places it is left to the discretion of the user.

3) New nouns are formed (i) by adding 'Taddhita' suffixes like 'ವಂತ', 'ಗಾರ', 'ತನ', 'ಇಕೆ' etc., to the noun bases and (ii) by combining two or more nouns into a compound noun. (iii) by adding Krt (pratyayas) suffixes like ಇಕೆ, ಇಗೆ, ತ to verb bases.

4) New verbs are formed (i) by adding 'ಇಸು' to the base nouns. (ii) by adding 'ಇಸು' to base verbs (iii) by forming compound verbs.

LESSON 12

Cases

ವಿಭಕ್ತಿಗಳು (Vibhaktigaḷu)

In Kannada we have seven cases and they are represented by use of case suffixes only. These case suffixes are aded to the bases, both to the singular and the plural base:

Examine the following sentences and note the different case forms.

ಯೋಧರು ಯುದ್ಧಗಳಲ್ಲಿ ಶತ್ರುಗಳನ್ನು ಆಯುಧಗಳಿಂದ ಕೊಂದು ದೇಶದ ರಕ್ಷಣೆಯಲ್ಲಿ ತೊಡಗುತ್ತಾರೆ.

(Yōdha*ru* yuddhaga*ḷalli* śatruga*ḷannu* āyudhaga*ḷinda* kondu dēśada rakṣanēyalli toḍaguttāre.

The soldiers kill the enemies in the battles with weapons and act in the country's defence.

ರಾಮನು ರಾವಣನನ್ನು ಯುದ್ಧದಲ್ಲಿ ಬಾಣದಿಂದ ಕೊಂದು ಸೀತೆಯ ಆನಂದಕ್ಕೆ ಕಾರಣನಾದನು.

(Rāma*nu* Rāvaṇa*nannu* yuddha*dalli* bāṇa*dinda* kondu Sīte*ya* ānanda*kke* kāraṇanādanu)

Rama killed Ravana in the battle with an arrow and became the cause of Sita's happiness.

ಒಬ್ಬ ಕಳ್ಳನು ಅರಸನ ತೋಟದಲ್ಲಿ ಹಣ್ಣುಗಳನ್ನು ಕೊಕ್ಕೆಯಿಂದ ಕೀಳುತ್ತಿದ್ದನು.

(Obba kaḷḷanu *arasana tōṭadalli haṇṇu-gaḷannu kokkeyinda* kiḷuttiddanu)

A thief was plucking *fruits in the King's garden with a hook*.

It may be noticed that while in English the cases are mainly denoted by prepositions, in Kannada they are marked by separate, specific suffixes. Also it may be seen that the same suffixes are used with both singular and plural forms .

Example :

ಶತ್ರುವನ್ನು (śatruvannu)=the enemy (obj. case) .

ಶತ್ರುಗಳನ್ನು (śatrugaḷannu)=the enemies (obj. case)

ಶತ್ರು+ಅನ್ನು→ಶತ್ರು+ವ್+ಅನ್ನು= ಶತ್ರುವನ್ನು (ಆಗಮ ಸಂಧಿ)

śatru+annu→śatru+v+annu=śatruvannu (āgamasandi)

ಶತ್ರುಗಳು+ಅನ್ನು→ಶತ್ರುಗಳನ್ನು (ಲೋಪಸಂಧಿ)

śatrugaḷu+annu→śatrugaḷannu (lōpa sandhi)

Observe in the following examples the seven different case forms of the noun ಹುಡುಗ (Huḍuga) (Boy).

ರಾಮನು ಒಬ್ಬ **ಹುಡುಗನು** (Rāmaun obba *Huḍuganu*)
Rama is *a boy* ನು — [ಉ] (nu) —u

ಆ **ಹುಡುಗನನ್ನು** ಕರೆ (ā *huḍugananu* kare)
Call that *boy* ನನ್ನು — [ಅನ್ನು](nannu) — [annu]

ಇದನ್ನು ಆ **ಹುಡುಗನ** ಮೇಜಿನ ಮೇಲೆ ಇಡು. .
(idannu ā huḍugana mējinamēle idu) ನ — ಅ
Keep this on that *boys* table. (na) — [a]

ನಿಮ್ಮ **ಹುಡುಗನಲ್ಲಿ** ನಂಬಿಕೆ ಇಡಿ. ನಲ್ಲಿ — [ಅಲ್ಲಿ]
(Nimma *huḍuganalli* nambike iḍi)
Have faith *in your son.* (Nalli) — [alli]

ಓ **ಹುಡುಗಾ!** ಇಲ್ಲಿ ಬಾ. ಆ — [ಆ]
(ōh *huḍugā*! illi bā)
Oh boy! come here. (ā) — [ā]

ಆ ಪಾಠ **ಹುಡುಗನಿಂದ** ಬರೆಯಲ್ಪಟ್ಟಿತು
(ā pātha *huḍuganinda* bareyalpaṭṭitu) ನಿಂದ— ಇಂದ
That lesson was written *by the boy.*
(ninda) — [inda]

ಈ ಚೆಂಡನ್ನು **ಹುಡುಗನಿಗೆ** ಕೊಡು ನಿಗೆ — [ಇಗೆ]
(ī chendannu *huduganige* kodu)
Give this ball *to the boy* (nige) — [ige]

In the above examples noun base is 'ಹುಡುಗ' (Huḍuga) The case suffixes are 'ಉ' (nominative) 'ಅನ್ನು' (objective), 'ಇಂದ' (Instrumental), 'ಗೆ'

(Dative), 'ಅ' (Genetive), 'ಅಲ್ಲಿ' (Locative) and 'ಆ', 'ಏ' Vocative). These when added to the base nouns according to rules of Sandhi, take the forms like 'ನು', 'ನನ್ನು', 'ನಿಂದ' etc. The same suffixes are added to proper nouns, personal pronouns and adjectives as well.

The Genitive case suffix 'ಅ' takes the form of 'ಇನ (ina)', 'ಅರ (ara)' and 'ದ (da)' also as in the following cases:

ಮಣ್ಣು+ಅ=ಮಣ್ಣಿನ, ಹತ್ತು+ಅ=ಹತ್ತರ ಬೆಲ್ಲ+ಅ=ಬೆಲ್ಲದ

Maṇṇu+a=Maṇṇina Hattu+a=Hattara

Bella+a=Bellada

The dative case suffix 'ಗೆ' takes various forms like 'ಕ್ಕೆ (kke)', 'ಅಕ್ಕೆ (akke)', 'ಗೆ (ge)' 'ಇಗೆ (ige)' as in the following examples:

ಹಬ್ಬ+ಕ್ಕೆ = ಹಬ್ಬಕ್ಕೆ

Habba+kke=Habbakke For the feast

ನೂರು+ಅಕ್ಕೆ=ನೂರಕ್ಕೆ

Nūru+akke=Nurakke For a hundred

ಕುದುರೆ+ಗೆ=ಕುದುರೆಗೆ

Kudure+ge=Kuduregе To the horse

ಹಸು+ಇಗೆ=ಹಸುವಿಗೆ

Hasu+ige=Hasuvige To the cow

Similarly:— ಹಬ್ಬಗಳಿಗೆ, ಹಸುಗಳಿಗೆ, ಕುದುರೆಗಳಿಗೆ,

Habbagaḷige, Kuduregaḷige, Hasugaḷige,

Notice that in all the cases the suffixes are added according to the rules of 'Sandhi'. The plural suffixes are added to the noun base and then the respective case suffixes are added to get the plural number.

Some notable changes are seen in the case of pronouns in the objective, genetive, dative and locative cases.

ಅನ್ನು (annu)	ನಾನು-ನನ್ನನ್ನು, ನೀನು-ನಿನ್ನನ್ನು, ನಾವು-ನಮ್ಮನ್ನು
(Objective)	Nānu-Nammannu; Nīnu-Nimmannu; Nāvu-Nammannu
	ನೀವು-ನಿಮ್ಮನ್ನು; ತಾನು-ತನ್ನನ್ನು; ತಾವು-ತಮ್ಮನ್ನು
	Nīvu-Nimmannu; Tānu-Tannannu; Tāvu-Tammannu.
ಅ (a)	ನಾವು-ನನ್ನ; ನೀನು-ನಿನ್ನ; ತಾವು-ತಮ್ಮ.
(Genetive)	Nānu-Nanna; Nīnu-Ninna; Tāvu-Tamma.
	ನೀವು-ನಿಮ್ಮ; ತಾನು-ತನ್ನ ; ತಾವು-ತಮ್ಮ
	Nīvu-Nimma; Tānu-Tanna; Tāvu-Tamma
ಗೆ (ge)	ನಾನು-ನನಗೆ; ನೀನು-ನಿನಗೆ; ನಾವು-ನಮಗೆ
(dative)	Nānu-Nanage; Nīnu-Ninage; Nāvu-Namage
	ನೀವು-ನಿಮಗೆ; ತಾನು-ತನಗೆ; ತಾವು-ತಮಗೆ
	Nīvu-Nimage; Tānu-Tanage; Tāvu-Tamage.

ಅಲ್ಲಿ (alli) ನಾನು-ನನ್ನಲ್ಲಿ; ನೀನು-ನಿನ್ನಲ್ಲಿ; ನಾವು-ನಮ್ಮಲ್ಲಿ.
(Locative) Nānu-Nannalli; Nīnu-Ninnalli; Nāvu-Nammalli
ನೀವು-ನಿಮ್ಮಲ್ಲಿ; ತಾನು-ತನ್ನಲ್ಲಿ; ತಾವು-ತಮ್ಮಲ್ಲಿ
Nīvu-Nimmalli; Tānu-Tannalli; Tāvu-Tammalli.

Now examine these sentences.

1) ಮರವು ಹಣ್ಣನ್ನು ಕೊಡುತ್ತದೆ.
Maravu haṇṇannu koḍuttade

2) ಮರ ಹಣ್ಣು ಕೊಡುತ್ತದ.
Mara haṇṇu koḍuttade.

3) ವಿಜ್ಞಾನಿಯು ಸಂಶೋಧನೆಯನ್ನು ನಡೆಸುತ್ತಾನೆ.
Vijnāniyu samśodhaneyannu naḍesuttāne.

4) ವಿಜ್ಞಾನಿ ಸಂಶೋಧನೆ ನಡೆಸುತ್ತಾನೆ.
Vijnāni samśodhane nadesuttāne.

In sentences (1) and (3) 'ಮರವು (Maravu)' and 'ವಿಜ್ಞಾನಿಯು (vijnāniyu)' have the nominative case suffix 'ಉ' with them, but in sentences (2) and (4) the base forms 'ಮರ (Mara)' and 'ವಿಜ್ಞಾನಿ (vijnāni)' are used in the nominative sense. Similarly 'ಹಣ್ಣು (haṇṇu)' and 'ಸಂಶೋಧನೆ (samśodhane)' are used in the objective sense meaning

'ಹಣ್ಣನ್ನು (haṇṇannu)' and 'ಸಂಶೋಧನೆಯನ್ನು (samśō-dhaneyannu)'.

The use of noun base [ನಾಮ ಪ್ರಕೃತಿ (nāma-prakriti)] itself for the nominative and the objective, is very common in Kannada

Exercise:

Translate:

ಆನೆ

ಆನೆಯೊಂದು ದೊಡ್ಡ ಮೃಗ. ಅದರ ನಾಲ್ಕು ಕಾಲುಗಳು ನಾಲ್ಕು ಕಂಬಗಳ ಹಾಗೆ ಕಾಣಿಸುತ್ತವೆ. ಆನೆಯ ಕಣ್ಣುಗಳು ಬಹಳ ಚಿಕ್ಕವಾಗಿವೆ. ಗೆರಸಿಗಳಹಾಗೆ ಕಾಣುವ ಎರಡು ದೊಡ್ಡ ಕಿವಿಗಳು ಅದಕ್ಕಿವೆ. ಆ ಕಿವಿಗಳನ್ನು ಅದು ಯಾವಗಲೂ ಬೀಸಣಿಗೆಯ ಹಾಗೆ ಆಡಿಸುತ್ತಾ ಇರುತ್ತದೆ. ಆನೆಗೆ ದೊಡ್ಡದಾದ ಸೊಂಡಿಲು ಇದೆ. ಸೊಂಡಿಲಿನ ಎರಡು ಬದಿಗಳಲ್ಲಿ ದಂತಗಳಿವೆ. ಅದು ತನ್ನ ಸೊಂಡಿಲಿನಿಂದ ವಸ್ತುಗಳನ್ನು ಹಿಡಿದು ಕೊಳ್ಳುತ್ತದೆ. ಪೂರ್ವಕಾಲದಲ್ಲಿ ರಾಜರು ಆನೆಯ ಮೇಲೆ ಸವಾರಿ ಮಾಡುತ್ತಿದ್ದರು.

LESSON 13

VOICES

ಕರ್ತರಿ ಮತ್ತು ಕರ್ಮಣಿ ವಾಕ್ಯಗಳು

(Kartari mattu Karmaṇi Vākyagaḷu)

Voice is the form of speed which denotes whether subject or the object of a verb is prominent in a sentence. Active voice in Kannada, unlike in English, is very commonly used. Kannada word for Active voice is, 'ಕರ್ತರಿಪ್ರಯೋಗ (Kartari prayōga),' and for passive voice is 'ಕರ್ಮಣಿಪ್ರಯೋಗ (Karmaṇi Prayōga)'.

Examine the following sentences :

1. ಅರಸನು ರಾಜ್ಯವಾಳಿದನು (Arasanu rājyavāḷidanu)
   The King governed the country.
   Passive : ರಾಜ್ಯವು ಅರಸನಿಂದ ಆಳಲ್ಪಟ್ಟಿತು.
   (Rājyavu arasaninda ālalpattitu)
   The country was governed by the King.

2. ಹುಡುಗನು ಪಾಠವನ್ನು ಬರೆದನು (Huḍuganu pāṭhavannu baredanu) The Boy wrote the lesson
   Passive : ಪಾಠವು ಹುಡುಗನಿಂದ ಬರೆಯಲ್ಪಟ್ಟಿತು.
   (Pāṭavu huḍuganinda bareyalpaṭṭitu)
   The lesson was written by the boy.

3. ಅವನು ಪುಸ್ತಕಗಳನ್ನು ಮಾರುತ್ತಾನೆ (Avanu pusthaka gaḷannu maruthāne) He sell books.

Passive form : ಪುಸ್ತಕಗಳು ಅವನಿಂದ ಮಾರಲ್ಪಡುತ್ತವೆ. (pusthakagaḷu avaninda māralpaḍuttave) The books are sold by him

In the above examples the subject and the object in the active voice are in their positions and come in the usual order. But when the voice is changed the object takes the place of the subject along with its case suffix and the subject takes the suffix 'ಇಂದ' (inda) and occupies the place of the object. The verb is formed by adding the suffix 'ಅಲ್ಪಡು (alpaḍu)' as in 'ಕಲಿಯಲ್ಪಡು (Kaliyalpaḍu), 'ಆಳಲ್ಪಡು (āḷalpaḍu), 'ಬರೆಯಲ್ಪಡು (bareyalpaḍu), 'ಸೋಲಿಸಲ್ಪಡು (sōlisalpaḍu)' etc., and changes according to the change in the subject.

The suffix 'ಅಲ್ಪಡು' combines according to the rules of Sandhi. The past tense form of ಅಲ್ಪಡು (alpaḍu) is 'ಅಲ್ಪಟ್ಟು (alpaṭṭu)'

Examples : Root + ಅಲ್ಪಡು
ಕಲಿ + ಅಲ್ಪಡು → ಕಲಿಯಲ್ಪಡು
(Kali + alpaḍu) → (Kaliyalpaḍu)

ನೋಡು + ಅಲ್ಪಡು → ನೋಡಲ್ಪಡು
(nōḍu + alpaḍu) → (nōḍalpaḍu)

Adding suitable personal suffix the verb in the required tense can be formed as in :

Root + ಅಲ್ಪಡು (alpadu) + personal suffix →
ಕಲಿ + ಅಲ್ಪಡು + ಉತ್ತಾನೆ → ಕಲಿಯಲ್ಪಡುತ್ತಾನೆ
+ ಉತ್ತೇವೆ → ಕಲಿಯಲ್ಪಡುತ್ತೇವೆ
+ ಉತ್ತವೆ → ಕಲಿಯಲ್ಪಡುತ್ತವೆ
+ ವುವು → ಕಲಿಯಲ್ಪಡುವುವು
+ ವುದು → ಕಲಿಯಲಡುವುದು

In the past tense
Root + ಅಲಟ್ಟು + **ಅನು** → ಕಲಿಯಲ್ಪಟ್ಟನು
+ ಎವು → ಕಲಿಯಲ್ಪಟ್ಟೆವು
+ ಇತು → ಕಲಿಯಲ್ಪಟ್ಟಿತು
+ ಅವು → ಕಲಿಯಲ್ಪಟ್ಟವು

Note that the number and gender change in the passive voice according to the change in the subject.

Examples : 1) ರಾಮನು ತನ್ನ ಸ್ವಂತ ಉಪಯೋಗಕ್ಕಾಗಿ ಆ ಪುಸ್ತಕವನ್ನು ಕೊಂಡಿದ್ದನು.

(Rāmanu tanna swanta upayogakkāgi ā pusthakavannu Konḍiddanu)

Rama had bought that book for his own use.

Passive form: ಆ ಪುಸ್ತಕವು ರಾಮನಿಂದ ಅವನ ಸ್ವಂತ ಉಪಯೋಗಕ್ಕಾಗಿ ಕೊಳ್ಳಲ್ಪಟ್ಟಿದ್ದಿತು.

(Ā pusthakavu Ramaninda avana swanta upayōgakkāgi koḷḷalpaṭṭidditu)

That book was bought by Rama for his own use.

ಸೀತೆಯು ಆ ಹಣ್ಣುಗಳನ್ನು ತಿನ್ನುವಳು.

(Sīteyu ā haṇṇugaḷannu tinnuvaḷu)

Sita will eat those fruits.

Passive form: ಆ ಹಣ್ಣುಗಳು ಸೀತೆಯಿಂದ ತಿನ್ನಲ್ಪಡುವುವು.

(ā haṇṇugalu Sīteyinda tinnalpaduvuvu)

Those fruits will be eaten by Sita.

LESSON 14

Moods
(ಅರ್ಥಗಳು) Arthagaḷu

(a) Examine the following sentences :

ರಾಮ, ಆ ಪುಸ್ತಕವನ್ನು ನನಗೆ ಕೊಡು [Desire]
(Rāma, ā pusthakavannu nanage koḍu)
Rama, give that book to me

ದಯೆಯಿಟ್ಟು ನೀವು ಅಲ್ಲಿ ಕುಳಿತುಕೊಳ್ಳಿರಿ [Request]
(Dayeyittu nīvu alli **kuḷitu koḷḷiri**)
You please **sit** there

ಈಗಲೇ ಹೊರಡು (īgalē **horaḍu**) **Start** right now [Command, order]

ದೇವರು ನಿನ್ನನ್ನು ಅನುಗ್ರಹಿಸಲಿ [Wish, blessing]
(Dēvaru ninnannu **anugrahisali**)
May God **bless** you !

In the above sentences the verb indicates a desire, request command or blessing. Such a verb is called 'Imperative' mood in Englishor 'ವಿಧ್ಯರ್ಥ' vidhyartha' or ವಿಧಿರೂಪ (vidhi rūpa) in kannada.

These are formed by adding the specific mood suffixes like **ಓಣ (ōṇa)**, 'ಇರಿ (iri)', **'ಅಲಿ (ali)' etc., to the root directly.**

Examples :

ಮಾಡು + ಓಣ = ಮಾಡೋಣ   let us do

Māḍu + ōṇa = Maḍōṇa

ಕೊಡು + ಇರಿ = ಕೊಡಿರಿ   please give

Koḍu + iri = Koḍiri

ಹೋಗು + ಅಲಿ = ಹೋಗಲಿ   let it go

hōgu + ali = hōgali

(b) Now examine these sentences.

ನಾನು ಹಣವನ್ನು ಕೊಡೆನು

I don't give money

(Nānu haṇavannu **Koḍenu**

ಅವನು ಕೊಡನು, ಇವನು ಬಿಡನು

He **does not give,** this fellow **does not leave**

(Avanu **Koḍanu**, Ivanu **biḍanu**)

ಶ್ರಮಪಡದೆ ಸುಖವಿಲ್ಲ

There isno happiness **without toil**

(**Śrama paḍade** sukhavilla)

'ಕೊಡೆನು', 'ಕೊಡ', 'ಬಿಡ', 'ಪಡದೆ' these verbs are used to express negation. Such forms are called ನಿಷೇಧರೂಪ (nishēdha rūpa) in Kannaḍa. Suffixes like 'ಅನು–(anu)', 'ಎನು (enu)'. 'ಅ (a)' are added to the verb roots directly to form the negatives (ನಿಷೇಧರೂಪ). 'ಅರು' 'ಅವು' are the suffixes used in the plural.

This can also be considered as the **suffixes** being joined after adding 'ಅ' the negation suffiix, to the root :

Example : Root + ಅ + Mood suffix

ಕೊಡೆನು :	ಕೊಡು + ಎನು	or	ಕೊಡು + ಅ + ಎನು
	(Koḍu + enu)		(Koḍu + a + enu)
ಬಿಡನು :	ಬಿಡು + ಅನು	or	ಬಿಡು + ಅ + ಅನು
	(bidu + anu)	or	(biḍu + **a** + anu)

'ಅದೆ' is added to the root to convey the meaning 'with **out**' as in ಮಾಡದೆ (māḍade) with out doing, 'ನೋಡದೆ' (nōdade) with out seeing.

Now consider the following sentences :

ಈಗ ಹತ್ತು ಗಂಟೆ ಇದ್ದೀತು (Īga hattu ganṭe **iddītu**)	(Just now, It **may** be ten Ō'clock)
ನಾನು ಪರೀಕ್ಷೆಯಲ್ಲಿ ಉತ್ತೀರ್ಣನಾದೇನು (Nānu parīksheyalli **uttīrnanādēnu**)	I **may** also **pass** the examination
ಅವರೂ ಜಪಾನಿಗೆ ಹೋದಾರು (avarū Japānigehōdāru)	Even they **may go** to Japan

'ಇದ್ದೀತು (idditu)', 'ಆದೇನು (ādēnu)', 'ಹೋದಾರು (hōdāru), These verb forms express doubt or uncertainty about the action. This mood is known as 'ಸಂಭಾವನಾರ್ಥ' (Sambhāvanārtha) in kannada.

Note carefully that in these forms, the penultimate vowel is a long vowel.

Examples : [Root+Mood suffix]

ಬೇಡು + ಈತು = ಬೇಡೀತು (May beg)
(bēḍu + ītu = bēḍītu)
ಸಿಕ್ಕು + ಆರು = ಸಿಕ್ಕಾರು May be available
(Sikku+ āru = Sikkāru)

Thus in Kannada there are three moods. In all the three personal suffixes are added to the verb directly. The root alone is used to indicate the second person singular of the imperative mood.

Study the following sentences and observe the different moods of the verbs printed in thick types or under lined :

(1) ನೀನು ಏನು ಹೇಳಿದರೂ ನಾವು ಇಂದು ಆ ಕೆಲಸವನ್ನು ಮಾಡೆವು, ಬೇಕಾದರೆ ನಾಳೆ ಮಾಡೇವು.

(nīnu ēnu hēḷidarū nāvu indu ā kelasa-vannu **māḍevu**, bēkadare naḷe **mādēvu)**

whatever you may say we **will not do** that work today, if need be we **may do** it to-morrow

(2) ಎಲ್ಲಾ ಒಟ್ಟಾಗಿ ದುಡಿಯೋಣ

(ellā oṭṭāgi **duḍiyōṇa**)

Let us all **work** together.

(3) ನೀನು ಇಲ್ಲಿ ಧೂಮಪಾನ ಮಾಡಬಾರದು

(nīnu illi dhūmapāna **māḍabāradu**)

You **should not** smoke here

(4) ನಾವು ಕೆಟ್ಟ ಮಾತನ್ನು ಕೇಳದೆ ಇರೋಣ, ಮತ್ತು ಕೆಟ್ಟ ಸಂಗತಿಯನ್ನು ನೋಡದೆ ಇರೋಣ

(Nāvu keṭṭa mātannu kēḷade irōṇa, mattu keṭṭa sangatiyannu nōḍade irōṇa)

Let us not listen to bad words, **let us not look** at bad things.

(1) A Kannada verb consists of three parts: Viz., the root, the tense suffix and the personal suffix as in :

ಕೇಳು + ವ + ಎನು = ಕೇಳುವೆನು ; ಬರೆ + ದ + ಎನು = ಬರೆದೆನು.

(2) Verb roots ending in 'ಉ' usually change to 'ಉ' in past tense.

(3) All verbs except thox ending in 'ಉ' usually takea 'ಉ' with them in the present as in ಸಾ + ಉ → ಸಾಯು, ಹಿಡಿ + ಉ → ಹಿಡಿಯು, ಪಡೆ + ಯು → ಪಡೆಯು.

(4) There are some irregular verbs which take a different form in the past tense.

Examples : ತರು → ತಂದನು. ಬರು → ಬಂದನು,
ಏಳು → ಎದ್ದನು, ಬೀಳು → ಬಿದ್ದನು,
ನಗು → ನಕ್ಕನು, ಕೊಡು → ಕೊಟ್ಟನು
ಕಾಣು → ಕಂಡನು, ಕೊಳ್ಳು → ಕೊಂಡನು, etc.,

(5) to get continuous sense of a verb 'ಉತ್ತ' is added to the root and then the verb form of the root 'ಇರು'.

Examples : ಮಾಡುತ್ತಿದ್ದನು, ಮಾಡುತ್ತಿದ್ದೇನೆ, ಮಾಡುತ್ತಿರುವೆನು,

(6) There are three moods in kannada. In these forms, the mood suffixes are directly added to the verb roots.

Examples : ಮಾಡೋಣ, ಮಾಡೆನು, ಮಾಡಲಿ. ಮಾಡಾಳು etc.,

(7) A chart showing all the verb forms of the root 'ನೋಡು' (to see) is given below. Study them carefully.

Tense/Mood ಕಾಲ/ಅರ್ಥ	Person ಪುರುಷ	Singular ಏಕವಚನ	Plural ಬಹುವಚನ	Suffixes ಪ್ರತ್ಯಯಗಳು
Present	I ಉತ್ತಮ	ನೋಡುತ್ತೇನೆ	ನೋಡುತ್ತೇವೆ	ಉತ್ತೇನೆ, ಉತ್ತೇವೆ
ವರ್ತಮಾನ	II ಮಧ್ಯಮ	ನೋಡುತ್ತೀಯೆ	ನೋಡುತ್ತೀರಿ	ಉತ್ತೀಯೆ, ಉತ್ತೀರಿ
	III			
	ಪ್ರಥಮ M—ಪು	ನೋಡುತ್ತಾನೆ	ನೋಡುತ್ತಾರೆ	ಉತ್ತಾನೆ, ಉತ್ತಾರೆ
	F—ಸ್ತ್ರೀ	ನೋಡುತ್ತಾಳೆ	,,	ಉತ್ತಾಳೆ, ,,
	N—ನ	ನೋಡುತ್ತದೆ	ನೋಡುತ್ತವೆ	ಉತ್ತದೆ, ಉತ್ತವೆ
Past	I ಉತ್ತಮ	ನೋಡಿದೆನು	ನೋಡಿದೆವು	ದೆನು ದೆವು
ಭೂತಕಾಲ	II ಮಧ್ಯಮ	ನೋಡಿದ್ದೆ	ನೋಡಿದಿರಿ	ದೆ ದಿರಿ
ನೋಡು [ಡಿ]				

	III ಪ್ರಥಮ	M. ಪು.	ನೋಡಿದನು	ನೋಡಿದರು	ದನು	ದರು
		F. ಸ್ತ್ರೀ.	ನೋಡಿದಳು	,,	ದಳು	,,
		N. ನ.	ನೋಡಿತು	ನೋಡಿದವು (ದುವು)	ಇತು	ದವು (ದುವು)
Future ಭವಿಷ್ಯತ್	I ಉತ್ತಮ		ನೋಡುವೆನು	ನೋಡುವೆವು	ವೆನು	ವೆವು
	II ಮಧ್ಯಮ		ನೋಡುವೆ	ನೋಡುವಿರಿ	ವೆ	ವಿರಿ
	III ಪ್ರಥಮ	M. ಪು	ನೋಡುವನು	ನೋಡುವರು	ವನು	ವರು
		F. ಸ್ತ್ರೀ	ನೋಡುವಳು	,,	ವಳು	
		N. ನ	ನೋಡುವುದು	ನೋಡುವುವು	ವುದು	ವುವು
ವಿಧಿರೂಪ (Imperative mood)	I ಉತ್ತಮ		ನೋಡುವೆ	ನೋಡುವ	ವೆ	ವ
				ನೋಡೋಣ		ಓಣ
	II ಮಧ್ಯಮ		ನೋಡು	ನೋಡಿರಿ	—	ಇರಿ
	III	M. ಪು.	ನೋಡಲಿ	ನೋಡಲಿ	ಅಲಿ	ಅಲಿ
		F. ಸ್ತ್ರೀ.	,,	,,	,,	,,
		N. ನ.	,,		,,	,,

ನಿಷೇಧರೂಪ	I	ಉತ್ತಮ	ನೋಡೇನು	ನೋಡೇವು	ಏನು	ಏವು
(Nega-	II	ಮಧ್ಯಮ	ನೋಡ	ನೋಡರಿ	ಏ	ಇ
tive	III	M. ಪು	ನೋಡನು	ನೋಡರು	ಅನು	ಅರು
form)		F. ಸ್ತ್ರೀ	ನೋಡಳು	,,	ಅಳು	,,
		N. ನ	ನೋಡದು	ನೋಡವು	ಅದು	ಅವು

ಸಂಭಾವನಾ	I	ಉತ್ತಮ	ನೋಡೇನು	ನೋಡೇವು	ಏನು	ಏವು
ರೂಪ	II	ಮಧ್ಯಮ	ನೋಡೀಯೆ	ನೋಡೀರಿ	ಈಯೆ	ಈರಿ
Sub-	III	M. ಪು	ನೋಡಾನು	ನೋಡಾರು.	ಆನು	ಆರು
junctive		F. ಸ್ತ್ರೀ	ನೋಡಾಳು	,,	ಆಳು	ಆರು
Mood)		N. ನ	ನೋಡೀತು	ನೋಡಾವು	ಈತು	ಆವು

LESSON 15

SOME SMALL SENTENCES

ಕೆಲವು ಚಿಕ್ಕ ವಾಕ್ಯಗಳು

ಅವನು ಕರುಣೆಯಿಂದ ಮಾತಾಡಿದನು
avanu karuṅeyinda māthāḍidanu

—He spokē kindly.

ಅವನು ವೇಗವಾಗಿ ನಡಿದನು
avanu vēgavāgi naḍedanu

—He walked quickly.

ಅವನು ಅದನ್ನು ಚೆಂದವಾಗಿ ಮಾಡಿದನು
avānu adannu chendavāgi māḍidanu

—Hs did it beautifully.

ಅವಳು ಇಂಪಾಗಿ ಹಾಡುತ್ತಾಳೆ
avsḷu impāgi hāḍuththāḷe

—She sings sweetly.

ಹುಲಿ ಭಯಂಕರವಾಗಿ ಗರ್ಜಿಸಿತು
huli bhayankaravāgi garjisithu

—The tiger roared terribly.

ಕೂಡಲೇ ಹೊರಡು
Kūḍalē horaḍu

—Start immediately.

ಅವನು ಹೊತ್ತಿಗೆ ಮುಂಚೆಯೇ ಬಂದನು
avanu hoththige muncheyē bandanu

—He came early.

ಇದನ್ನು ನಿಧಾನವಾಗಿ ಮಾಡು
idannu nidhānavāgi māḍu

—Do this slowly.

ಅವನು ಧೈರ್ಯದಿಂದ ಮುಂದೆ ನಡೆದನು
avanu dhairyadinda munde naḍedanu

—He marched boldly.

ನಾವು ಯಾವಾಗಲೂ ಸತ್ಯವನು ಹೇಳಬೇಕು
nāvu yāvāgalu sathyavannu hēḷabēku

—We must always tell the truth.

ನಾವು ಹಿರಿಯರನ್ನು ಗೌರವಿಸ ಬೇಕು
nāvu hiriyarannu gowravisa bēku

—We must respect the elders

ಸಹಾಯ ಮಾಡಿದವರನ್ನು ನೆನೆಯ ಬೇಕು
sahayā mādidavarānnu nēneya bēku

—We must remember those who helped us.

SOME LONG SENTENCES

ಕೆಲವು ದೊಡ್ಡ ವಾಕ್ಯಗಳು

ತಾನು ಮೈಸೂರಿಗೆ ಹೋಗುತ್ತಿದ್ದೇನೆಂದು ರಾಮನು
thānu maisūrige hōguththiddēnendu rāmanu

ನನ್ನೊಡನೆ ಹೇಳಿದನು
nannoḍane hēḷidanu

—Rama told me that hē was going to Mysore.

ತನಗೆ ಹತ್ತು ರೂಪಾಯಿಗಳನ್ನು ಎರವಲು ಕೊಡಬಲ್ಲೆನೋ ಎಂದು
thanage haththu rūpāyigaḷannu eravalu koḍaballenō endu

ಅವನು ನನ್ನನು ಕೇಳುತಾನೆ
āvanu nannanu kēḷuththāne

—He asks me whether I can lend him ten Rupees.

ಈ ವಾಚಿಗೆ ಏನು ಕೊಟ್ಟಿದ್ದೇನೆ ಎಂದು ಅವನು ನನ್ನನ್ನು ಕೇಳಿದನು
ī vāchige ēnu koṭṭiddēne endu avanu nannanu kēḷidanu

—He asked me what I had paid for this watch.

ಇದನ್ನು ನೀನು ಹೇಗೆ ಮಾಡಬೇಕೆಂಬುದನ್ನು ನಾನು ನಿನಗೆ ಕಲಿಸುತ್ತೇನೆ
idannu nīnu hēge māḍabēkembudannu nānu ninage kalisuththēne

—I will teach you how yoū should do this.

ನಾನು ಏಕೆ ಮೈಸೂರಿಗೆ ಹೋಗುತ್ತಿದ್ದೇನೆಂದು ಕೃಷ್ಣನು ನನ್ನನ್ನು ಕೇಳಿದನು

nānu ēke maisūrige hōguththikdēnendu krishnanu nannanu kēḷidanu

—Krishna asked me why I was going to Mysore.

ಈ ಪುಸ್ತಕವು ಎಲ್ಲಿ ದೊರಕುವುದೆಂಬುದನ್ನು ನನಗೆ ಹೇಳು

ī pusthakavu elli dorakuvudembudannu nanage heḷu.

—Tell me where I can get this bōok.

ಅದು ಹೆಚ್ಚು ಬೆಲೆಯುಳ್ಳದ್ದಾದರೂ ಅವನು ಅದನ್ನು ಕೊಂಡುಕೊಂಡನು

adu hechchu beleyuḷḷaddārū avanu adannu konḍnkonḍanu

—He bought it though it was costly.

ಈ ಕೆಲಸ ಎಷ್ಟು ಕಷ್ಟವಾಗಿದ್ದರೂ ಮಾಡು

ī kelasa eshtu kashtāvagiddaru madu

—Dō this work however hard it may be.

ಎಲ್ಲಾ ಸರ್ಕಾರಗಳ ಗುರಿಯೂ ಜನತೆಯ ಕಲ್ಯಾಣವೇ ಆಗಿದೆ

ella sarkaragaḷa guriyoo janatheya kalyanave agide

—The aim of all governments is welefare of people

Vocabulary

DIRECTIONS

ದಿಕ್ಕುಗಳು (dikkugaḷu)

ಪೂ ರ್ವ pū rvn	East		ಕೆ ಳ ಗೆ ke ḷa ge	Down
ಪ ಶ್ಚಿ ಮ pa śchi ma	West		ಮುಂ ದೆ mun de	Front
ಉ ತ್ತ ರ u tta ra	North		ಹಿಂ ದೆ hin de	Back
ದ ಕ್ಷಿ ಣ da kshi ṅa	South		ಮ ಧ್ಯ ma dhya *or* ನ ಡು ವೆ na ḍu ve	Middle
ಪ ಕ್ಕ pa kka *or* ಬ ದಿ ba di	Side		ಒ ಳ ಗೆ o ḷa ge	In
ಬ ಲ ba la	Right		ಹೊ ರ ಗೆ ho ra ge	Out
ಎ ಡ e da	Left		ವೃ ತ್ತ vṛi ththa	Circle
ಮೇ ಲೆ mē le	Up			

PLACES

ಪ್ರದೇಶಗಳು (pradēśhagaḷu)

ಊ ರು ū ru	Place	ಸೂ ರ್ಯ sū rya	Sun
ಗ್ರಾ ಮ grā ma	Village	ಚಂ ದ್ರ cham dra	Moon
ತಾ ಲ್ಲೂ ಕು thā llū ku	Taluk	ನ ಕ್ಷ ತ್ರ na ksha tra	Star
ಜಿ ಲ್ಲಾ ji llā	District	ರ ಸ್ತೆ—ಬೀ ದಿ ras the—bī bī	Road
ನ ಗ ರ na ga ra	Town	ಮಾ ರ್ಗ mā rga	Road
ರಾ ಷ್ಟ್ರ rā shtra	State	ಹೊ ಳೆ—ನ ದಿ ho ḷe—na di	River
ಪ ಟ್ಟ ಣ pa ṭṭa ṅa	Csty	ಸ ಮು ದ್ರ sa mu dra	Ocean
ರಾ ಜ ಧಾ ನಿ rā ia dhā ni	Capital	ಅ ಡ ವಿ—ಕಾ ಡು a ḍa vi—kā ḍu	Forest
ದೇ ಶ dē śna	Conntry	ಸ ರೋ ವ ರ sa rō va ra	Lake
ಲೋ ಕ lō ka	World	ಹ ಳ್ಳಿ ha ḷḷi	Small village

TIME

ಕಾಲ (kāla)

ಕ್ಷ ಣ ksha ṅa	Second	ಸಾ ಯಂ ಕಾ ಲ sa yan ka la *or* ಸ ಂ ಜೆ san je	Evening
ನಿ ಮಿ ಷ ni mi sha	Minute		
ಗ ಂ ಟೆ gaṅ ṭe	Hour	ರಾ ತ್ರಿ rā thri	Night
ಬೆ ಳಿ ಗ್ಗೆ be ḷi gge	Morning	ಹ ಗ ಲು ha ga lu	Noon
ಬೆ ಳ ಗಿ ನ ಜಾ ಮ be ḷa gi na jā ma	Early morning	ನ ಡು ರಾ ತ್ರಿ na ḍu rā thri *or* ಮ ಧ್ಯ ರಾ ತ್ರಿ ma dhya rā thri	Midnight
ಅ ರು ಣೋ ದ ಯ a ru ṅō da ya	Dawn		

WEEK DAYS

ವಾರಗಳು (vāragaḷu)

ರ ವಿ ವಾ ರ ra vi vā ra ಆ ದಿ ತ್ಯ ವಾ ರ ā di thya vā ra ಭಾ ನು ವಾ ರ bhā nu vā ra	Sunday

ಸೋ ಮ ವಾ ರ
sō ma vā ra Monday

ಮಂ ಗ ಳ ವಾ ರ
man ga ḷa vā ra Tuesday

ಬು ಧ ವಾ ರ
bu dha vā ra Wednesday

ಗು ರು ವಾ ರ
gu ru vā ra Thursday

ಶು ಕ್ರ ವಾ ರ
śhu kra vā ra Eriday

ಶ ನಿ ವಾ ರ
śha ni vā ra Saturday

SEASONS

ಋತುಗಳು (ṛuthugaḷu)

ಬೇ ಸ ಗೆ ಕಾ ಲ
bē sa ge kā la Summer

ಚ ಳಿ ಗಾ ಲ
cha ḷi gā la Winter

ಮ ಳೆ ಗಾ ಲ
ma ḷe gā la Rainy

ಮ ಳೆ
ma ḷe Rain

ಬಿ ಸಿ ಲು
bi si lu Sunshine

ಗಾ ಳಿ
gā ḷi Wind

ಮೋ ಡ
mō ḍa Cloud

ಮಿಂ ಚು
min chu Lightning

MONTHS

1. ಚಾಂದ್ರಮಾನ ಮಾಸಗಳು

(chāndramāna māsagaḷu).

ಚೈ ತ್ರ	chai thra	ಆ ಶ್ವೀ ಜ	ā Ihvī ja
ವೈ ಶಾ ಖ	vai śhā kha	ಕಾ ರ್ತೀ ಕ	kā rthī ka
ಜ್ಯೇ ಷ್ಠ	jyē shṭha	ಮಾ ರ್ಗ ಶಿ ರ	mā rga śhi ra
ಆ ಷಾ ಢ	ā shā ḍha	ಪು ಷ್ಯ	pu shya
ಶ್ರಾ ವ ಣ	śra va ṅa	ಮಾ ಘ	mā gha
ಭಾ ದ್ರ ಪ ದ	bhā dra pada	ಫಾ ಲ್ಗು ಣ	phā lgu ua

2. ಸೌರಮಾನ ಮಾಸಗಳು

(souramāna māsagaḷu)

ಮೇ ಷ	mē sha	ತು ಲಾ	thu iā
ವೃ ಷ ಭ	vṛi sha bha	ವೃ ಶ್ಚಿ ಕ	yṛi śhchi ka
ಮಿ ಥು ನ	mi thu na	ಧ ನುಃ	bho nu
ಕ ರ್ಕಾ ಟ ಕ	ka rkā ta ka	ಮ ಕ ರ	ma ka ra
ಸಿಂ ಹ	sim ha	ಕುಂ ಭ	kum bha
ಕ ನ್ಯಾ	ka nya	ಮೀ ನ	mī na

PARTS OF THE BODY

ಶರೀರದ ಅವಯವಗಳು (sharīrada avayavagaḷu)

ಶ ರೀ ರ śhr rī ra *or* ದೇ ಹ dē ha	Body	ಕಾ ಲು kā lu	Leg
		ಬೆ ನ್ನು be nnu	Back
ಮು ಖ mu kha	Face	ಬೆ ರ ಳು bc ra ḷu	Finger
ಮೂ ಗು mū gu	Nose	ಉ ಗು ರು u gu ru	Nail
ಕ ಣ್ಣು ka ṅṅu	Eye	ನಾ ಲ ಗೆ nā la ge	Tongue
ಬಾ ಯಿ bā yi	Mouth	ಅಂ ಗಾ ಲು an gā lu	Sole
ಕು ತ್ತಿ ಗೆ ku thtbi ge	Neck	ಮ ಚ್ಚೆ ma chche	Mole
ಹ ಲ್ಲು ha llu	Iooth	ಕೂ ದ ಲು kū da lu	Hair
ಎ ದೆ e de	Chest	ಹೊ ಟ್ಟೆ ho ṭṭe	Stomach
ಸೊಂ ಟ soṅ ṭa	Waist	ಭು ಜ bhu ja	Shoulder
ತು ಟಿ thu ṭi	Lip	ಪಾ ದ pā da	Foot
ಕಿ ವಿ ki vi	Ear	ಕೈ kai	Hand

FEELINGS

ಭಾವನೆಗಳು (bhāvanegaḷu)

ಸಂ ತೋ ಷ san thō shs *or* ಆ ನಂ ದ ā nan da	}	Happiness
ಸಿ ಟ್ಟು, si ṭṭu *or* ಕೋ ಪ kō pa	}	Anger
ನ ಗು na gu		Laugh
ಅ ಳು a ḷu		Weep
ದುಃ ಖ duḥ kkha *or* ದು ಗು ಡ du gu ḍa	}	Sorrow
ಸ್ನೇ ಹ snē ha *or* ಗೆ ಳೆ ತ ನ ge ḷe tha na	}	Friendship
ಹ ಗೆ ha ge		Hatred

ದ ಯೆ da ye	Kindness
ಸು ಖ su kha	Pleasure
ಶೋ ಕ śhō ka	Sorrow
ಭ ಯ, bha ya	Fear
ಧೈ ರ್ಯ dhai rya	Courage
ಮ ತ್ಸ ರ ma thsa ra	Animosity
ವೇ ದ ನೆ, vē da ne	Pain
ಪ್ರೇ ಮ prē ma	Love
ಪ್ರೀ ತಿ prī thi	Affection
ಮೋ ಸ ಹೋ ಗು mō sa hō gu	Disappointment

HOUSEHOLD ARTICLES

ಮನೆ ಸಾಮಾನುಗಳು (mane samanugaḷu)

ಕೋ ಣೆ	kō ṅe	Room
ಕ ಟ್ಟ ಡ	ka ṭṭa ḍa	Building
ಬಾ ಗಿ ಲು	bā gi lu	Door
ಕಿ ಟಿ ಕಿ	ki ṭi ki	Window
ಹ ಲ ಗೆ	ha la ge	Plant
ಗು ಡಿ ಸ ಲು	gu ḍi sa lu	Hut
ಅ ರ ಮ ನ	a ra ma ne	Palace
ಭಾ ಗ	bhā ga	Portion
ಒ ಲೆ	o le	Oven
ಅ ಡಿ ಗೆ	a ḍi ge	Cooking
ಅ ಡಿ ಗೆ ಮ	a ḍi ge ma ne	Kitchen
ತ ಟ್ಟೆ	tha ṭṭe	Plate
ಲೋ ಟ	lo ṭa	Tumbler
ಸೌ ಟು	saou ṭn	Ladle
ಬೆಂ ಕಿ	ben ki	Fire
ಕ ಟ್ಟಿ ಗೆ *or* ಸೌ ದೆ	ka ṭṭi ge *or* saou de	Firewood
ಇ ದ್ದಿ ಲು	i ḍdi lu	Charcoal
ಮ ಣೆ *or* ಪೀ ಠ	ma ṅe *or* pee ṭha	Sitting plank
ಬು ಟ್ಟಿ	bu ṭṭi	Basket

ಪೆ ಟ್ಟಿ ಗೆ
pe ṭṭi ge — Box

ಬಾ ಲ್ದಿ
bā ldi
or — Bucket
ಬ ಕೀ ಟು
ba ki ṭu

ಬ ಟ್ಟ ಲು
ba ṭṭā lu — Cup

ಹಾ ಸಿ ಗೆ
hā si ge — Bed

ಮಂ ಚ
man cha — Cot

ಕು ರ್ಚಿ
ku rchi — Chair

ಮೇ ಜು
mē ju — Table

ಚ ಮ ಚ
cha ma chai — Spoon

ಕ ತ್ತಿ
ka tthi — Kiṭchen knife

ಬಾ ಣ ಲೆ
ba ṅa le — Pan

ವಂ ದ ರಿ
van da ri — Grain filter

FAMILY

ಕುಟುಂಬ (kuṭumba)

ತಾ ಯಿ
thā yi — Mother

ತಂ ದೆ
than de — Father

ಅ ಜ್ಜಿ
a jji — Grandmother

ಅ ಜ್ಜ
a jja — Grandfather

ಗಂ ಡ
gan ḍa — Husband

ಹೆಂ ಡ ತಿ
hen ḍa thi — Wife

ಅ ಣ್ಣ
a ṅṅā — Elder brother

ತ ಮ್ಮ
tha mma — Younger brother

ಅ ಕ್ಕ
a kka — Elder sister

ತಂ ಗಿ
than gi — Younger sister

ಸೋ ದ ರ ಮಾ ವ
sō da ra mā va — Uncle

ಸೋ ದ ರ ತ್ತೆ
sō da ra ththe — Aunt

ಮ ಗ ma ga	Son
ಮ ಗ ಳು ma ga ḷu	Daughter
ಮ ಗು ma gu	Child
ಮ ದು ಮ ಗ ma du ma ga *or* ವ ರ va ra	Bridegroom
ಮ ದು ಮ ಗ ಳು ma du ma ga ḷu *or* ವ ಧು va dhu	Bride
ಕ ನ್ಯೆ ka nye	Spinster
ಬ್ರ ಹ್ಮ ಚಾ ರಿ bra hma chā ri	Bachelor
ಹೆ ಣ್ಣು he ṇṇu	Girl
ಗಂ ಡು gan ḍu	Male
ಗೆ ಳೆ ಯ ge ḷe ya	Friend

ಮಾ ವ mā va	Father-in-law
ಅ ತ್ತೆ a tthe	Mother-in-law
ಅ ಳಿ ಯ a ḷi ya	Son-in-law
ಸೊ ಸೆ so se	Daughter-in-law
ಭಾ ವ bhā va	Brother-in-law
ಮೈ ದು ನ mai du na	(wife's brother or husbānd's brothers)
ದೊ ಡ್ಡ ಪ್ಪ do ḍḍa ppa	Father's elder brother
ಚಿ ಕ್ಕ ಪ್ಪ chi kka ppa	Father's younger brother
ದೊ ಡ್ಡ ಮ್ಮ do ḍḍa mma	Mother's elder sister
ಚಿ ಕ್ಕ ಮ್ಮ chi kka mma	Mother's younger sister
ಸೇ ವ ಕ sē va ka	Servant

EDIBLES

ಆಹಾರ ಪದಾರ್ಥಗಳು (āhārapadārthagalu)

ಅ ಕ್ಕಿ a kki	Rice
ಅ ನ್ನ a nna	Cooked rice
ತೊ ವ್ವೆ tho vve	Dhall
ಗೋ ಧಿ gō dhi	Wheat
ಹಿ ಟ್ಟು hi ṭṭu	Flour
ಮೊ ಸ ರು mo sa ru	Curd
ಮ ಜ್ಜಿ ಗೆ ma jji ge	Butter-milk
ತು ಪ್ಪ thu ppa	Ghee
ಬೆ ಣ್ಣೆ be ṇṅe	Butter
ಎ ಣ್ಣೆ e ṅṅe	Oil
ಸ ಕ್ಕ ರೆ sa kka re	Sugar
ತ ರ ಕಾ ರಿ tha ra kā rl	Vegetable
ಮಾಂ ಸ mam sa	Meat
ಶಾ ಕಾ ಹಾ ರಿ śhā kā hā ri	Vegetarian
ಮಾಂ ಸಾ ಹಾ ರಿ mam sā hā ri	Non-vegetarian
ಮೊ ಟ್ಟೆ mo ṭṭe	Egg
ಕೋ ಳಿ kō li	Chicken
ರೊ ಟ್ಟಿ ro ṭṭi	Bread
ಉ ಪ್ಪಿ ನ ಕಾ ಯಿ u ppi na kā yi	Pickles
ಉ ಪ್ಪು u ppu	Salt
ಮೆ ಣ ಸಿ ನ ಕಾ ಯಿ me ṅa si na kā yi	Chilly
ಹು ಣಿ ಸೇ ಹ ಣ್ಣು hu ṅi sē ha ṅṅu	Tamarind
ಬಿ ಸಿ bi si	Hot

VEGETABLES/FRUITS

ತರಕಾರಿಗಳು (tharakārigaḷu)

ಬ ದ ನೇ ಕಾ ಯಿ	ba da ne kā yi	Brinjal
ತೆಂ ಗಿ ನ ಕಾ ಯಿ	then gi na kā yi	Coconut
ನೀ ರು ಳ್ಳಿ	nē ru ḷḷi	Onion
ಚೌ ಳೀ ಕಾ ಯಿ	chaou ḷi kā yi	Beans
ಗೋ ರಿ ಕಾ ಯಿ	gō ri kā yi	Beans
ಬ ಟಾ ಟೆ	ba ṭa ṭe	Potato
ತ ಮಾ ಟೆ ಹ ಣ್ಣು	tha mā ṭe ha ṅṅu	Tomatc
ಬೆಂ ಡೇ ಕಾ ಯಿ	ben ḍe kā yi	Lady's finger
ನು ಗ್ಗೆ ಕಾ ಯಿ	nu ggē kā yi	Drum-stick
ಬಾ ಳೇ ಕಾ ಯಿ	bā ḷē kā yi	Plantain
ಕುಂ ಬ ಳ ಕಾ ಯಿ	kum ba ḷa kā yi	Pumpkin
ಹೀ ರೇ ಕಾ ಯಿ	hī rē kā yi	Angular-gourd
ಹಾ ಗ ಲ ಕಾ ಯಿ	hā ga la kā yi	Bitter-gourd
ಪ ಡ ವ ಲ ಕಾ ಯಿ	pa ḍa va la kā yi	Snake-gourd

ಹಣ್ಣುಗಳು (haṇṇugaḷu)

ಹ ಣ್ಣು	ha ṇṇu	Fruit
ಬಾ ಳೇ ಹ ಣ್ಣು	bā ḷē ha ṅṅu	Plantain
ಮಾ ವಿ ನ ಹ ಣ್ಣು	mā vi na ha ṅṅu	Mango
ಹ ಲ ಸಿ ನ ಹ ಣ್ಣು	ha la si na ha ṅṅu	Jack fruit
ದ್ರಾ ಕ್ಷಿ	'drā kshi	Grapes
ನಿಂ ಬೇ ಹ ಣ್ಣು	nim bē ha ṅṅu	Lemon
ಪೇ ರ ಳ	pē ra ḷe	Guava
ದಾ ಳಿಂ ಬ	da ḷim ba	Pomegranate
ನೇ ರ ಳೇ ಹ ಣ್ಣು	nē ra ḷē ha ṅṅu	Jambu fruit
ಕಿ ತ್ತ ಳೇ ಹ ಣ್ಣು	ki ththe ḷē ha ṅṅn	Orange

ANIMALS

ಮೃಗಗಳು (mṛgagaḷu)

ಮೃ ಗ mṛ ga	Animal	ನ ರಿ na ri	Jackal
ಆ ನೆ ā ne	Elephant	ಚಿ ರ ತೆ chi ra the	Leopard
ಹು ಲಿ hu li	Tiger	ನಾ ಯಿ nā yi	Dog
ಸಿಂ ಹ sim ha	Lion	ಹಂ ದಿ han di	Pig
ಕ ರ ಡಿ ka ra ḍi	Bear	ಕೋ ತಿ kō thi or ಮಂ ಗ man ga	Monkey
ಜಿಂ ಕೆ jin ke	Deer		
ಎ ತ್ತು e ththu	Bullock	ದ ನ da na or ಹ ಸು ha su or ಆ ಕ ಳು ā ka ḷu	Cow
ಕೋ ಣ kō ña	Buffallo		
ಬ ಸ ವ ba sa va or ಗೂ ಳಿ gū ḷi	Bull	ಕ ರು ka ru	Calf

ಮೇ ಕೆ mē ke or ಆ ಡು ā ḍu	Goat
ಕು ದು ರೆ ku du re	Horse
ಒಂ ಟೆ on ṭe	Camel
ಕ ತ್ತೆ ka ththe	Donkey
ಮೊ ಲ mo la	Rabbit

ಬೆ ಕ್ಕು be kku	Cat
ನಾ ಗ ರ ಹಾ ವು nā ga rā hā vu	Cobra
ಹೆ ಬ್ಬಾ ವು he bbā vu	Python
ಹಾ ವು, ಸ ರ್ಪ ha vu, sar pa	Snake
ಮುಂ ಗು ಸಿ mun gu si	Mungoose
ಇ ಲಿ I li	Rat

BIRDS

ಪಕ್ಷಿಗಳು (pakshigaḷu)

ಪ ಕ್ಷಿ pa kshi or ಹ ಕ್ಕಿ ha kki	Bird
ನ ವಿ ಲು na vi lu	Peacook
ಪಾ ರಿ ವಾ ಳ pā ri vā ḷa	Dove

ಕಾ ಗೆ kā ge	Crow
ಕೋ ಳಿ kō ḷi	Chicken
ಹುಂ ಜ nun ja	Cock
ಹೇಂ ಟೆ hēn ṭe	Hen

ಬಾ ತು ಕೋ ಳಿ bā thu kō ḷi	Duck		ಹಂ ಸ hum sa	Swan
ಕೊ ಕ್ಕ ರೆ ko kka re	Crane		ಗ ರು ಡ ga ru ḍa	Kite
ಗಿ ಳಿ, ಗಿ ಣಿ gi ḷi, gi ṅi	Parrot		ಮೈ ನಾ mai nā	Maina
ಗು ಬ್ಬಿ gu bbi	Sparrow		ಮ ರ ಕು ಟು ಕ ma ra ku ṭu kā	Wood-pecker
ಹ ದ್ದು, ಗಿ ಡು ಗ ha ddu, gi ḍu gā	Eagle		ಗೂ ಗೆ gū ge	Owl

INSECTS

ಕ್ರಿಮಿಕೀಟಗಳು	(krimikītagaḷu)		ಹಾಂ ತೆ, hān the ಪ ತಂ ಗ, pā than ga ಪಾ ತ ರ ಗಿ ತ್ತಿ pā tha ra gi ththi	Butterfly
ತಿ ಗ ಣೆ thi ga ṅe	Bug			
ಆ ತೆ ಹು ಳ a te hū ḷa	Cockro-ach		ಜೇ ನ್ನೊ ಣ jē nno ṅa	Bee
ಇ ರು ವೆ i ru ve	Ant		ನೊ ಣ no ṅa	Fly
ಗೆ ದ್ದ ಲು ಹು ಳ ge dda lu hu ḷa	White ant		ನು ಸಿ, ಸೊ ಳ್ಳೆ nu si so ḷḷe	Mosquito

EDUCATION

ವಿ ದ್ಯೆ (Vidye)

ವಿ ದ್ಯೆ
vi dye — Education

ವಿ ದ್ಯಾ ಲ ಯ
vi dyā la ya — Educational Institute

ಉ ಪಾ ಧ್ಯಾ ಯ, ಮೇ ಷ್ಟ್ರು
u pā dhyā ya mē shtru — Teacher

ಲೇ ಜು
le ju — College

ಪ್ರ ಧಾ ನೋ ಪಾ ಧ್ಯಾ ಯ
pra dhā nō pā dhyā ya
ಮು ಖ್ಯೋ ಪಾ ಧ್ಯಾ ಯ
mu khyō pā dhya ya — Headmaster

ಪ ರೀ ಕ್ಷಾ ಫ ಲಿ ತಾಂ ಶ
pa rī kshā pha li tha msha — Result

ಮೇ ಲಿ ನ ಓ ದು
mē li na Ō du — Higher Education

ಸಂ ಬ ಳ, ವೇ ತ ನ
sam ba ḷa, vē tha na — Salary

ಫೀ ಸು
phī su — Fee

ಓ ದು
ō du — Read

ತ ರ ಗ ತಿ
tha ra ga thi — Class

ಬ ರೆ
ba re — Write

ಪು ಸ್ತ ಕ pu stha ka	Book	
ಪ ರೀ ಕ್ಷೆ pa rī kshe	Examination	
ಮೊ ದ ಲ ನೇ mo da ḷa nē	First	
ಎ ರ ಡ ನೇ e ra ḍa nē	Second	
ಮೂ ರ ನೇ mū ra nē	Third	
ವಿ ಷ ಯ vi sha ya	Matter	
ಸ ಮಾ ಚಾ ರ sa mā cha ra ವಾ ರ್ತೆ, vā rthe,	News	
ವಾ ರ್ತಾ ಪ ತ್ರಿ ಕೆ vā rthā pa thri ke	News-paper	
ಅ ಚ್ಚು, a chchu, ಮು ದ್ರ ಣ mu dra ṇa	Print	

ವಿ ದ್ಯಾ ರ್ಥಿ vi dyā rthi	Boy-student	
ವಿ ದ್ಯಾ ರ್ಥಿ ನಿ vi dyā rthi ni	Girl-student	
ಪು ಸ್ತ ಕ pu stha ka	Book	
ಪ ರೀ ಕ್ಷೆ pa rī kshe	Examination	
ಕ ತೆ ka the	Story	
ಸ ಣ್ಣ ಕ ತೆ sa ṅṅa ka the	Short story	
ಅಂ ಚೆ, ಟ ಪಾ ಲು an che, ta pā lu	Post	
ಟ ಪಾ ಲಾ ಫೀ ಸು ta pā lā phī su ಅಂ ಚೆ ಮ ನೆ an che ma ne	Post-office	
ತಂ ತಿ than thi	Telegram	
ವಿ ಳಾ ಸ vi ḷā sa	Address	

ವರದಿಗಾರ, ಬಾತ್ಮೀದಾರ
va ra di gā ra bā thmī dā ra — Reporter

ಟೆಲಿಫೋನು
te li phō nu — Telephone

ಪ್ರಕಟಣೆ
pra ka ta ṅe — Announce, notify

ಪ್ರಕಾಶಕ
pra kā śha ka — Publisher

ಪ್ರಕಟನಾಲಯ
pra ka ta nā la ya — Publication

ಅಚ್ಚಾಫೀಸು
a chchā phī su — Press

ಮುದ್ರಣಾಲಯ
mu dra ṅā la ya — Press

INDUSTRY

ಪರಿಶ್ರಮಗಳು (pariśhrmagaḷu)

ಕರ್ಮಾಗಾರ
ka rmā gā ra — Factory

ಕಾರಖಾನೆ
kā ra khā ne — Factory

ಪರಿಶ್ರಮ
pa ri śhra ma — Industry

ಕಾರ್ಮಿಕ
ka rmı ka — Labourer

ಯ ಜ ಮಾ ನ	ya ja mā na	Employer
ಬ ಡ ವ	ba da va	Poor man
ಧ ನಿ ಕ	dha ni ka	Rich man
ಕೆ ಲ ಸ	ke la sa	Work
ಕೂ ಲಿ	kū li	Wages
ಸಂ ಬ ಳ	sam ba ḷa	Salary
ಮು ಷ್ಕ ರ	mu shka ra	Strike
ಗು ಮಾ ಸ್ತ	gu mā stha	Clerk
ಉ ದ್ದಿ ಮೆ ದಾ ರ	ū ddi me dā ra	Entrepr- eneur
ಬಂ ಡ ವಾ ಳ ಗಾ ರ	ba nda va la ga ra	Capital- ist
ಉ ಪ ವಾ ಸ	u pa vā sa	Fast
ನೌ ಕ ರ	naou ka ra	Servant
ಮೇ ಸ್ತ್ರಿ	mē sthri	Foreman
ಕಾ ರ್ಯಾ ಲ ಯ	kā ṛyā la ya	Office
ಸ ಹಾ ಯ ಕ	sa hā ya ka	Assistant
ಮ ಹೋ ದ್ಯ ಮ	ma hō dya ma	Enterprise
ವ್ಯ ವ ಸ್ಥಾ ಪ ಕ	vya va sthha pa ka	Manager
ವೈ ದ್ಯ	vai dya	Physician
ರೈ ತ	rai tha	Farmer
ಕ ವಾ ಡಿ ಗ, ಗೌ ಳಿ ಗ	kā vā ḍi ga gaou ḷi ga	Milkman

ಜಾ ಡ jā ḍa	Weaver	ಕುಂ ಬಾ ರ kum bā ra	Potter
ದ ರ್ಜಿ da rji	Tailor	ಕ ಮ್ಮಾ ರ ka mmā ra	Blacksmith
ರಂ ಗಾ ರಿ ran ga ri	Dyer	ಬ ಡ ಗಿ ba ḍa gi	Carpenter
ಬೆ ಸ್ತ Bes tha दाल	Fisherman	ಅ ಕ್ಕ ಸಾ ಲಿ a kka sā li	Goldsmith
ಗಾ ಣಿ ಗ gā ṅi ga	Oilman	ಬೇ ಟೆ ಗಾ ರ bē te gā ra	Hunter
ಚ ಮ್ಮಾ ರ cha mmā ra	Cobbler	ಮ ಡಿ ವಾ ಳ ma ḍi vā ḷa	Washerman
ನ್ಯಾ ಯ ವಾ ದಿ nyā ya vā di	Pleader	ಹ ಜಾ ಮ ha ja ma	Barber

MEASUREMENTS

ಅಳತೆಗಳು (aḷathegaḷu)

ಹೆ ಚ್ಚು he chchu	Much	ದೊ ಡ್ಡ do ḍḍa	Big
ಕ ಡಿ ಮೆ ka ḍi me	Little	ಚಿ ಕ್ಕ, ಸ ಣ್ಣ chi kka, sa ṅṅa	Small

ಅ ಗ ಲ a ga la	Width	ಅ ಳ ತೆ a ḷa the	Measurement
ಎ ತ್ತ ರ e ththa ra	Height	ಉ ದ್ದ, ನೀ ಳ u dda, nī ḷa	Length
ತೂ ಕ thū ka	Weight		

COLOURS

(baṅṅagalu)

ಬ ಣ್ಣ, ರಂ ಗು ba ṅṅa, ran gu	Colour	ನೀ ಲ nī la	Blue
ಬಿ ಳಿ bi ḷi	White	ಹ ಸು ರು ha su ru	Green
ಕ ಪ್ಪು ka ppu	Black	ಕಂ ದು kan du	Brown
ಕೆಂ ಪು kem pu	Red	ಊ ದಾ ū dā	Purple
ಅ ರಿ ಸಿ ನ a ri si na	Yellow	ಬೂ ದು bū du	Gray

METALS

ಲೋಹಗಳು (lōhagaḷu)

ಬೆ ಳ್ಳಿ	be ḷḷi	Silver	ಕ ಬ್ಬಿ ಣ	ka bbi ṅa	Iron
ಉ ಕ್ಕು	u kku	Steel	ತಾ ಮ್ರ	thā mra	Copper
ಕಂ ಚು	kan chu	Bronze	ಹಿ ತ್ತಾ ಳೆ	hi ththā ḷe	Brass
ಗಂ ಧ ಕ	gan dha ka	Sulphur	ಸೀ ಸ	sī sa	Lead

NUMBERS

ಸಂಖ್ಯೆಗಳು (sankhyegaḷu)

ಜೋ ಡಿ	jo ḍe	Pair	ಕಾ ಲು	kā lu	Quarter
ಇ ಮ್ಮ ಡಿ	e mmā ḍi	Double	ಅ ರ್ಧ	a rdha	Half
ಮು ಮ್ಮ ಡಿ	mu mmā ḍi	Treble	ಮು ಕ್ಕಾ ಲು	mu kkā lu	¾th
ನಾ ಲ್ಕು ಮ ಡಿ	nā lku ma ḍi	Four fold	ಒಂ ದು	on du	One

೧	ಒಂದು	ondu	1
೨	ಎರಡು	eraḍu	2
೩	ಮೂರು	mūru	3
೪	ನಾಲ್ಕು	nālku	4
೫	ಐದು	aidu	5
೬	ಆರು	āru	6
೭	ಏಳು	ēḷu	7
೮	ಎಂಟು	enṭu	8
೯	ಒಂಬತ್ತು	ombathtu	9
೧೦	ಹತ್ತು	haththu	10
೧೧	ಹನ್ನೊಂದು	hannōndu	11
೧೨	ಹನ್ನೆರಡು	hānneraḍu	12
೧೩	ಹದಿಮೂರು	hadimūru	13
೧೪	ಹದಿನಾಲ್ಕು	hadinālku	14
೧೫	ಹದಿನೈದು	hadinaidu	15
೧೬	ಹದಿನಾರು	hadināru	16
೧೭	ಹದಿನೇಳು	hadinēḷu	17
೧೮	ಹದಿನೆಂಟು	hadinentu	18
೧೯	ಹತ್ತೊಂಬತ್ತು	haththomb ththu	19
೧೯	ಇಪ್ಪತ್ತು	ippaththu	20

೨೧	ಇಪ್ಪತ್ತೊಂದು	ippathuondu	21
೨೨	ಇಪ್ಪತ್ತೆರಡು	ippaththeraḍu	22
೨೩	ಇಪ್ಪತ್ತಮೂರು	ippaththamūru	23
೨೪	ಇಪ್ಪತ್ತನಾಲ್ಕು	ippaththanālku	24
೨೫	ಇಪ್ಪತ್ತೈದು	ippaththaidu	25
೨೬	ಇಪ್ಪತ್ತಾರು	ippaththāru	26
೨೭	ಇಪ್ಪತ್ತೇಳು	ippaththēlu	27
೨೮	ಇಪ್ಪತ್ತೆಂಟು	ippaththenṭu	28
೨೯	ಇಪ್ಪಂತ್ತೊಂಬತ್ತು	ippaththom baththu	29
೩೦	ಮೂವತ್ತು	mūvaththu	30
೩೧	ಮೂವತ್ತೊಂದು	mūvaththondu	31
೩೨	ಮೂವತ್ತೆರಡು	mūvaththeraḍu	32
೩೩	ಮೂವತ್ಮೂರು	mūvaththamūru	33
೩೪	ಮೂವತ್ತನಾಲ್ಕು	mūvathanālku	34
೩೫	ಮೂವತ್ತೈದು	mūvaththaidu	35
೩೬	ಮೂವತ್ತಾರು	mūvaththāru	36
೩೭	ಮೂವತ್ತೇಳು	mūvaththēḷu	37
೩೮	ಮೂವತ್ತೆಂಟು	mūvaththenṭu	38
೩೯	ಮೂವತ್ತೊಂಬತ್ತು	mūvaththom baththu	39
೪೦	ನಲುವತ್ತು	naluvaththu	40

೪೧ ನಲುವತ್ತೊಂದು
naluvaththondu 41

೪೨ ನಲುವತ್ತೆರಡು
naluvaththeraḍu 42

೪೩ ನಲುವತ್ತಮೂರು
naluvaththamūru 43

೪೪ ನಲುವತ್ತನಾಲ್ಕು
nāluvatthanālku 44

೪೫ ನಲುವತ್ತೈದು
naluvaththaidu 45

೪೬ ನಲುವತ್ತಾರು
naluvaththāru 46

೪೭ ನಲುವತ್ತೇಳು
naluvaththēḷu 47

೪೮ ನಲುವತ್ತೆಂಟು
naiuvaththentu 48

೪೯ ನಲುವತ್ತೊಂಬತ್ತು
naluvaththom
baththu 49

೫೦ ಐವತ್ತು
ivaththu 50

೫೧ ಐವತ್ತೊಂದು
ivaththondu 51

೫೨ ಐವತ್ತೆರಡು
ivaththeraḍu 52

೫೩ ಐವತ್ತಮೂರು
ivaththamūru 53

೫೪ ಐವತ್ತನಾಲ್ಕು
ivaththanālku 54

೫೫ ಐವತ್ತೈದು
ivaththaidu 55

೫೬ ಐವತ್ತಾರು
ivaththāru 56

೫೭ ಐವತ್ತೇಳು
ivaththēḷu 57

೫೮ ಐವತ್ತೆಂಟು
ivaththentu 58

೫೯ ಐವತ್ತೊಂಬತ್ತು
ivaththom
baththu 59

೬೦ ಅರುವತ್ತು
aruvaththu 60

೬೧	ಅರುವತ್ತೊಂದು aruvaththondu	61
೬೨	ಅರುನತ್ತೆರಡು aruaththeraḍu	62
೬೩	ಅರುವತ್ಮೂರು aruvaththmūru	63
೬೪	ಅರುವತ್ತನಾಲ್ಕು aruvaththanālku	64
೬೫	ಅರುವತ್ತೈದು aruvaththaidu	65
೬೬	ಅರುವತ್ತಾರು aruvaththāru	66
೬೭	ಅರುವತ್ತೇಳು aruvaththeḷu	67
೬೮	ಅರುವತ್ತೆಂಟು aruvaththentu	68
೬೯	ಅರುವತ್ತೊಂಬತ್ತು aruvaththom baththu	69
೭೦	ಎಪ್ಪತ್ತು eppaththu	70
೭೧	ಎಪ್ಪತ್ತೊಂದು eppaththondu	71
೭೨	ಎಪ್ಪತ್ತೆರಡು eppaththeraḍu	72
೭೩	ಎಪ್ಪತ್ಮೂರು eppathmūru	73
೭೪	ಎಪ್ಪತ್ತನಾಲ್ಕು eppaththanālku	74
೭೫	ಎಪ್ಪತ್ತೈದು eppatht haiḍu	75
೭೬	ಎಪ್ಪತ್ತಾರು eppaththāru	76
೭೭	ಎಪ್ಪತ್ತೇಳು eppaththeḷu	77
೭೮	ಎಪ್ಪತ್ತೆಂಟು eppaththentu	78
೭೯	ಎಪ್ಪತ್ತೊಂಬತ್ತು eppaththom-baththu	79
೮೦	ಎಂಬತ್ತು embaththu	80

೮೧ ಎಂಬತ್ತೊಂದು
embaththondu 81

೮೨ ಎಂಬತ್ತೆರಡು
embaththeraḍu 82

೮೩ ಎಂಬತ್ಮೂರು
embathmūru 83

೮೪ ಎಂಬತ್ತನಾಲ್ಕು
embaththanālku 84

೮೫ ಎಂಬತ್ತೈದು
embaththaidu 85

೮೬ ಎಂಬತ್ತಾರು
embaththāru 86

೮೭ ಎಂಬತ್ತೇಳು
embaththēḷu 87

೮೮ ಎಂಬತ್ತೆಂಟು
embaththentu 88

೮೯ ಎಂಬತ್ತೊಂಬತ್ತು
embathom-
baththu 89

೯೦ ತೊಂಬತ್ತು
thombaththu 90

೯೧ ತೊಂಬತ್ತೊಂದು
thombath-
thondu 91

೯೨ ತೊಂಬತ್ತೆರಡು
thombath-
theraḍu 92

೯೩ ತೊಂಬತ್ಮೂರು
thombathmūru 93

೯೪ ತೊಂಬತ್ತನಾಲ್ಕು
thombathanālku 94

೯೫ ತೊಂಬತ್ತೈದು
thombathaiḍu 95

೯೬ ತೊಂಬತ್ತಾರು
thombaththāru 96

೯೭ ತೊಂಬತ್ತೇಳು
thombaththēḷu 97

೯೮ ತೊಂಬತ್ತೆಂಟು
thombaththenṭu 98

೯೯ ತೊಂಬತ್ತೊಂಬತ್ತು
thombath-
thombaththu 99

೧೦೦ ನೂರು
nuru 100

ಇ ನ್ನೂ ರು inn ū ru	Two hundred
ಮು ನ್ನೂ ರು mu nnū ru	Three hundred
ನಾ ನ್ನೂ ರು nā nnū ru	Four hundred
ಐ ನೂ ರು i nū ru	Five hundred
ಒಂ ಬೈ ನೂ ರು om bai nū ru	Nine hundred
ಸಾ ವಿ ರ a vi ra	Thousand
ಹ ತ್ತು ಸಾ ವಿ ರ ha ththu sā vi ra	Ten thansand
ಲ ಕ್ಷ la ksha	Lakh
ಕೋ ಟಿ kō ti	Crore

LESSON 17

LETTER WRITING

ಪತ್ರಗಳು

Kannada letters are of various kinds and there is a fixed form or frame work for most kinds of letters.

This form consists of the following parts :

1) Heading of the letter (writers address, or place and date).
2) The greeting or salutation.
3) The body of the letter.
4) The subscription or the end.
5) Signature.
6) The super subscription (name and address of the person written to).

The greetings should be made according to the relation with the writer. Here are some specimens.

ಬೆಂಗಳೂರು
31st December, 1981

ಮ

...ನು ಬರೆದ ಪತ್ರ ಕೈಸೇರಿದೆ ಇಲ್ಲಿ ಎಲ್ಲರೂ ಕ್ಷೇಮವಾಗಿದ್ದೇವೆ, ನೀವೆಲ್ಲರೂ ಕ್ಷೇ... ...ಗಿರುವಿರೆಂದು ನಂಬುತ್ತೇನೆ. ನಾನು ಪರೀಕ್ಷೆಯಲ್ಲಿ ಉತ್ತೀರ್ಣನಾಗಿದ್ದೇನೆ. ... ...ಕರಿ. ಅರ್ಜಿ ಹಾಕಿದ್ದೇನೆ. ನೀನು ಬರುವ ಜನವರಿಯಲ್ಲಿ ಬೆಂಗಳೂರಿಗೆ ಹೋಗಿಬರುವುದನ್ನು ತಿಳಿದು ಸಂತೋಷಿಸುತ್ತಿದ್ದೇನೆ. ಸಂಕ್ರಾಂತಿ ಹಬ್ಬವನ್ನು ...ನಾವು ಹಾಯಾಗಿ ಕಳೆಯಬಹುದು. ನನ್ನ ಶುಭಾಶಯಗಳನ್ನು ಗೋಪಾಲನಿಗೆ ...ಳು.

ಇಂತು ನಿನ್ನ ಒಲವಿನ
ರಾಮಕೃಷ್ಣ ರಾವ್

Bangalore
31st December, 1981

...friend,

Received your letter. All are safe here. I hope ...of you are doing well. I have passed in the examination. Now I have applied for a job. I am glad to understand that you will go over to Bangalore in the month of January next. We can spend Sankranthi holidays happly. Please convey my blessings to Gopal.

Yours affectionately,
Ramakrishna Rao.

ಶಿವಮೊಗ್ಗ

ಚಿರಂಜೀವಿ ರಾಮನಿಗೆ, 1-1-1981

ಅನೇಕ ಆಶೀರ್ವಾದಗಳು. ನಿನ್ನ **Dec. 31** ರ ಪತ್ರ ಸೇರಿತು. ಇಲ್ಲಿ ಎಲ್ಲರೂ ಕ್ಷೇಮವಾಗಿದ್ದೇವೆ. ನೀನು ಪರೀಕ್ಷೆಗೆ ಚೆನ್ನಾಗಿ ಓದಬೇಕು. ಆದರೆ ರಾತ್ರಿ ಹೊತ್ತು ನಿದ್ದೆ ಕೆಡುವುದು ಬೇಡ. ಅದರಿಂದ ನಿನ್ನ ಆರೋಗ್ಯ ಕೆಟ್ಟು ಹೋಗಬಹುದು. ಪರೀಕ್ಷೆಗಳು ಮುಗಿದ ಕೂಡಲೇ ನೀನು ಇಲ್ಲಿಗೆ ಹೊರಟು ಬರಬೇಕು. ನಿನ್ನ ತಮ್ಮನು ನಿನ್ನ ಬರುವಿಕೆಯನ್ನೇ ಎದುರುನೋಡಿಕೊಂಡಿದ್ದಾನೆ. ಈ ದಿನ ನಿನಗೆ ಇಪ್ಪತ್ತೈದು ರೂಪಾಯಿಗಳನ್ನು ಕಳುಸಿಕೊಟ್ಟದ್ದೇನೆ.

ಇಂತು ಆಶೀರ್ವಾದಗಳು.

ವಾಸುದೇವಯ್ಯ.

Shimoga
1st January, 1981

Dear Ram.

Blessings. Received your letter of the 31st inst. All are doing well here. Study well for examinations. But you should not keep awake for long during the night. You will lose your health Go over here as soon as the examinations are finished. Your younger brother is awaiting your arrival. Today I have remitted Rs. 25/- to you.

With blessings,

Vasudevaiah

Son's letter to his father

ಬೆಂಗಳೂರು-3.

1st July, 1984

ತೀರ್ಥರೂಪ ತಂದೆಯವರಿಗೆ ನಮಸ್ಕಾರ,

ತಮ್ಮ 12ನೇ ತಾರೀಖಿನ ಪತ್ರ ತಲುಪಿತು. ತಾವು ಆರೋಗ್ಯವಾಗಿರುವ ವಿಷಯ ತಿಳಿದು ಸಂತೋಷವಾಯಿತು. ಅಲ್ಲಿ ಮಾ|| ಶ್ರೀ|| ತಾಯಿಯವರೂ, ಚಿ|| ಗಳಾದ ಪುಷ್ಪ, ಗೀತಾ, ಸುಧೀ ಎಲ್ಲರೂ ಆರೋಗ್ಯವಾಗಿರುವುದು ಸಂತಸದ ವಿಷಯ. ಬರುವ ದಸರೆಯ ರಜಕ್ಕೆ ಊರಿಗೆ ಬರಲು ತಿಳಿಸಿದ್ದೀರಿ. ನನ್ನ ರಜ ಸೆಪ್ಟೆಂಬರ್ 15ನೇ ತಾರೀಖು.... ಶನಿವಾರದಿಂದ ಆರಂಭವಾಗುತ್ತದೆ. ಆ ಸಮಯದಲ್ಲಿ ಮನೆಗೆ ಬರಲು ನನಗೇನೋ ಆನಂದವೇ. ಆದರೆ ಇಲ್ಲಿ ಒಂದು ಅಡಚಣೆ ಇದೆ.

ನಮ್ಮ ಕಾಲೇಜಿನ ವಿಜ್ಞಾನ ವಿಭಾಗದ ಭೌತ ಶಾಸ್ತ್ರದ ಪ್ರಾಧ್ಯಾಪಕರು ಒಂದು ಅಭ್ಯಾಸ ಪ್ರವಾಸವನ್ನು ಗೊತ್ತು ಮಾಡುವುದಾಗಿ ಹೇಳುತ್ತಿದ್ದಾರೆ. ಆ ಪ್ರವಾಸವೇನಾದರೂ ಗೊತ್ತಾದರೆ ನಾನು ಹೋಗಲೇ ಬೇಕಾಗುತ್ತದೆ. ಅದನ್ನು ತಪ್ಪಿಸಲು ಸಾಧ್ಯವಾಗಲಾರದು. ಒಂದುವೇಳೆ ಪ್ರವಾಸದ ಕಾರ್ಯಕ್ರಮ ಗೊತ್ತಾಗದಿದ್ದರೆ ಊರಿಗೆ ಬರುತ್ತೇನೆ.

ನಾನು ಊರಿಗೆ ಬರುವುದಾದರೆ ಮನೆಗೆ ಬೇಕಾಗುವ ಸಾಮಾನುಗಳನ್ನೇನಾದರೂ ತರುವುದಿದೆಯೆ ? ಇದ್ದರೆ ತಿಳಿಸಿ, ತರುತ್ತೇನೆ. ನೀವು ಕಳಿಸಿದ ಹಣದಲ್ಲಿ ಸ್ವಲ್ಪ ರೂಪಾಯಿಗಳು ಉಳಿದಿವೆ. ಆದುದರಿಂದ ಸಾಮಾನು ಕೊಳ್ಳಲು ತೊಂದರೆ ಏನೂ ಆಗದು.

ನನ್ನ ಮುಂದಿನ ಪತ್ರದಲ್ಲಿ ಪ್ರವಾಸದ ವಿಷಯ ಏನು ನಿಶ್ಚಯವಾಯಿತೆಂಬುದನ್ನು ಖಚಿತವಾಗಿ ತಿಳಿಸಬಲ್ಲೆ. ನಾನು ಆರೋಗ್ಯವಾಗಿದೇನೆ. ಮಾ|| ಶ್ರೀಯವರಿಗೆ ನನ್ನ ನಮಸ್ಕಾರವನ್ನು ತಿಳಿಸುವುದು. ಚಿ|| ಗಳಿಗೆಲ್ಲ ನನ್ನ ನೆನಪು.

ಇತಿ, ನಮಸ್ಕಾರ

ತಮ್ಮ ಪ್ರೀತಿಯ

ಶಾಮಸುಂದರ.

Bangalore-3,
1st July,

Respected father,

I received your letter dated 12th June. I am glad to know you are in good health. Likewise it is a matter of pleasure to know that respected mother, Chi Pushpa, Geeta, Sudhi are also happy. You have asked me to go over to town during the Dasara holidays. Holidays begin from Saturday the 15th September of course. I will be happy to be in the house during those days. But there is some thing that is coming in the way.

The professor of physics in the science department has been saying that he would arrange a study tour during those days. If the tour programme is going to be fixed I will have to join it. I cannot avoid. If by chance, the tour is not fixed I will go over to the town.

In case I will be going to town what things do you want me to bring with me? Let me know this, so that I may arrange to bring them with me. I have saved some rupees out of the amount you had sent to me. I do not feel any difficulty in purchasing such articles as are necessary for the house out of these savings.

I will let you know, in my next letter, specifically what has been decided about the study tour. I am doing quite well. Convey my respects to the respected mother and love to young ones.

with regards
yours affectionately
Sham Sunder

Letter to a friend

"ವಿಜಯಶ್ರೀ"
ಗಾಂಧಿನಗರ ಬೆಂಗಳೂರ

ಪ್ರೀತಿಯ ಗೆಳೆಯ ನಾಗೇಶ,

ನೀನು ಬರೆದ ಪತ್ರ ತಲುಪಿತು. ಪತ್ರ ಅನೇಕ ಸಂತಸದ ಸಂಗತಿಗಳನ್ನು ತಂದಿದೆ. ಬಹು ಸಂತೋಷ. ನೀನು ಪರೀಕ್ಷೆಯಲ್ಲಿ ಉತ್ತೀರ್ಣನಾದುದು, ಅದೇ ಸಮಯದಲ್ಲಿ ನಿಮ್ಮ ತಂದೆಯವರಿಗೆ ನೌಕರಿಯಲ್ಲಿ ಭಡತಿಯಾಗಿ ಮುಂದಿನ ಹುದ್ದೆ ಸಿಕ್ಕಿದುದೂ ಬಹು ಸಂತೋಷದ ಸಂಗತಿ. ಇದರಿಂದ ಮನೆಯಲ್ಲಿದ್ದ ತೊಂದರೆಗಳು ದೂರಾಗುವುದೆಂದು ತೋರುತ್ತದೆ.

ಇನ್ನು ನಿನ್ನ ಮುಂದಿನ ಯೋಚನೆ ಏನು ? ಪರೀಕ್ಷೆಯಲ್ಲಿ ದೊರೆತ ವಿಜಯದಿಂದ ನಿನ್ನ ಮುಂದೆ ಅನೇಕ ಹೊಸ ಮಾರ್ಗಗಳು ಕಾಣುತ್ತಿರಬಹುದು ನಿನಗೆಂದು ಉತ್ತಮ ದಾರಿ ತೋರಲೆಂದು ನನ್ನ ಹಾರೈಕೆ. ನೌಕರಿಯೋ, ಅಭ್ಯಾಸವನ್ನು ಇನ್ನೂ ಮುಂದುವರಿಸುವುದೋ ಅಥವಾ ನಿನ್ನದೇ ಆದ ಸ್ವತಂತ್ರ ಉದ್ಯೋಗ ಕೈಗೊಳ್ಳುವುದೋ ಯಾವುದಾದರೂ ಸರಿ ನಿನಗೆ ಅದರಲ್ಲಿ ಯಶಸ್ಸು ದೊರೆಯಲೆಂದು ದೇವರಲ್ಲಿ ಪ್ರಾರ್ಥನೆ. ನೀನೊಬ್ಬ ಉತ್ತಮ ವರ್ಗದ, ತೀಕ್ಷ್ಣ ಬುದ್ಧಿಯ, ತೇಜಸ್ವೀ ವಿದ್ಯಾರ್ಥಿಯಾಗಿದ್ದಿ. ಆದ್ದರಿಂದ ಯಾವ ದಾರಿಯಲ್ಲೇ ಹೋದರೂ ಸರಿ ನಿನಗೆ ಯಶಸ್ಸು ಕಟ್ಟಿಟ್ಟಿದ್ದೆ. ಹಾರ್ದಿಕ ಶುಭಾಶಯಗಳೊಡನೆ,

ನಿನ್ನ ಪ್ರೀತಿಯ ಗೆಳೆಯ
ವೆಂಕಟರಾವ

LESSON 18

Proverbs

Proverbs

ಅಂಗೈ ಹುಣ್ಣಿಗೆ ಕನ್ನಡಿ ಏಕೆ

What can be observed needs no proof.

ಅಗಸರ ಕತ್ತೆ, ದೊಂಬರಿಗೆ ತ್ಯಾಗ

Rob Peter to pay Paul.

ಅತ್ತ ದರಿ ಇತ್ತ ಪುಲಿ

Between the devil and the deep sea.

ಅತ್ತೆಗೊಂದು ಕಾಲ ಸೊಸೆಗೊಂದು ಕಾಲ

Every dog has his day.

ಅಲ್ಪ ವಿದ್ಯಾ ಮಹಾಗರ್ವಿ

An ignorant man keeping a great fuss.

ಆತುರಗಾರನಿಗೆ ಬುದ್ಧಿ ಮಟ್ಟ

Haste makes waste.

ಇಬ್ಬರ ಜಗಳ ಮೂರನೆಯವನಿಗೆ ಲಾಭ

ಇಬ್ಬರ ನ್ಯಾಯ ಮೂರನೆಯವನಿಗೆ ಆಯ

A quarrel between the too benefits the third.

ಒಂದೇ ಕಲ್ಲಿಗೆ ಎರಡು ಹಕ್ಕಿಗಳು

To kill two birds at one stroke

ಓದಿ ಓದಿ ಮರುಳಾದ ಕೂಸಭಟ್ಟ

All work and no play makes Jack a dull boy

ಕನ್ನಡಿಯಲ್ಲಿರುವ ಗಂಟಿಗಿಂತ ಕೈಲಿರುವ ಕಾಸು ಮೇಲು

A bird in hand is more worth than two in bush.

ಕುಣಿಯಲಾರದ ಸೂಳೆ ನೆಲ ಡೊಂಕೆಂದಳು

A bad workman quarrels with his tools.

ಕುಂಬಾರನಿಗೆ ವರುಷ ದೊಣ್ಣೆಗೆ ನಿಮಿಷ

To talk is easy to do is hard.

ಕೊಡಲಿಯು ಕಾವು ಕುಲಕ್ಕೆ ಮೂಲ

One fish infects the whole water.

ಗುಲಗಂಜಿಯು ಕಪ್ಪು ಗುಲಗಂಜಿಗೆ ತಿಳಿಯದು

One does not know one's own black spots.

ಬೆಂಕಿ ಇಲ್ಲದಲ್ಲಿ ಹೊಗೆ ಹೊರಡಲಾರದು

No smoke without fire.

ಬೆಳೆಯು ಸಿರಿ ಮೊಳಕೆಯಲ್ಲೆ ಕಾಣುವುದು

Coming events cast their shadows before.

ಬೇಕೆನ್ನದಿರುವವನೇ ಭಾಗ್ಯವಂತ

He is richest who has fewest wants.

ಬೊಗಳುವ ನಾಯಿ ಕಚ್ಚುವುದಿಲ್ಲ

Barking dogs seldom bite.

ಮಾಡಿದ್ದುಣ್ಣೋ ಮಹಾರಾಯ

As you sow, so you reap.

ಮಿಂಚಿಹೋದ ಕಾರ್ಯಕ್ಕೆ ಚಿಂತಿಸಿ ಫಲವಿಲ್ಲ

Why cry over spilt milk?

ಮುಂದೆ ಬಂದರೆ ಬಾವಿ ಹಿಂದೆ ಬಂದರೆ ಕೆರೆ

Between the devil and the deep sea.

ಯಥಾ ರಾಜಾ ತಥಾ ಪ್ರಜಾ

Like the priest like the people.

ಹಗಲು ಕಂಡ ಬಾವಿಗೆ ರಾತ್ರಿ ಬೀಳು

To commit a glaring mistake.

ಹನಿಗೂಡಿ ಹಳ್ಳ, ತೆನೆಗೂಡಿ ಬತ್ತ

Many a pickle makes a mickle.

ಹಾಸಿಗೆ ಇದ್ದಷ್ಟು ಕಾಲು ಚಾಚು

Cut your coat according to your cloth.

ಹಾಳೂರಿಗೆ ಉಳಿದವನೇ ಗೌಡ

A figure among cyphers.

Idioms

ಅಕ್ಕ ಸತ್ತರೆ ಅಮಾವಾಸ್ಯೆ ನಿಂತೀತೆ

Time and tide wait for none.

ಅತಿ ಸ್ನೇಹ ಗತಿಗೆಡಿಸೀತು

Too much Familiarity breeds contempt.

ಅಲ್ಪರ ಸಂಗ ಅಭಿಮಾನ ಭಂಗ

Evil company corrupts good manner.

ಆಪತ್ತಿಗಾದವನೇ ನೆಂಟ

Friend in need is a friend indeed.

ಏರಿದವ ಇಳಿದಾನು

Every ascent has descent.

ಒಕ್ಕಟ್ಟೇ ಬಲ

Union is strength.

ಒರೆಗೆ ಹಚ್ಚಿ ನೋಡು

To put to test.

LESSON 19

Translation

ನಾನು "ಹೊಸಳ್ಳಿ" ಎಂಬ ಗ್ರಾಮದಲ್ಲಿ ವಾಸಿಸುತ್ತೇನೆ. ಅದು ರೈಲ್ವೆಸ್ಟೇಷನ್ನಿನಿಂದ ಒಂದು ಕಿಲೋಮೀಟರ್ ದೂರದಲ್ಲಿದೆ. ಅದೊಂದು ಚಿಕ್ಕ ನದಿಯ ಬದಿಯಲ್ಲಿರುವ ಗ್ರಾಮ. ಈ ಗ್ರಾಮವು ಒಂದು ಗುಡ್ಡದ ಅಡಿಯಲ್ಲಿದೆ. ಆದುದರಿಂದ ಅದು ಸೊಗಸಾಗಿರುವ, ತಣ್ಣಗಾಗಿರುವ ಪ್ರದೇಶವೆನಿಸಿದೆ. ನನ್ನ ಗ್ರಾಮದ ಪಶ್ಚಿಮ ದಿಕ್ಕಿನಲ್ಲಿ ಒಂದು ಚಿಕ್ಕ ಸರೋವರವೂ ಇದೆ.

ಪ್ರತಿ ದಿನ-ಬೆಳಗ್ಗೆ ಅಥವಾ ಸಾಯಂಕಾಲ ಸ್ವಲ್ಪ ನಡೆದಿರಾದರೆ ಗುಡ್ಡದ ಬದಿಗೋ ಅಥವಾ ನದಿಯ ದಂಡೆಗೋ ಹೋಗಬಹುದು.

ನಮ್ಮ ಗ್ರಾಮದಲ್ಲಿ ಒಂದು ಪುರಾತನ ದೇವಾಲಯವಿದೆ. ಅದು ಶ್ರೀರಾಮ ದೇವಾಲಯ. ಆ ದೇವಾಲಯದ ರಥೋತ್ಸವವು ಬಹಳ ಪ್ರಸಿದ್ಧವಾಗಿದ್ದು, ಆ ಉತ್ಸವಕ್ಕೆ ದಕ್ಷಿಣಭಾರತದ ಎಲ್ಲಾ ಕಡೆಗಳಿಂದ ಯಾತ್ರಿಕರು ಬಂದು ಕೂಡುತ್ತಾರೆ.

ನಮ್ಮ ಗ್ರಾಮದಲ್ಲಿ ಒಂದು ಇಗರ್ಜಿ ಕೂಡಾ ಇದೆ. ಪ್ರತಿ ಆದಿತ್ಯವಾರವೂ ಅಲ್ಲಿ ಪ್ರಾರ್ಥನೆಗಳು ನಡೆಯುತ್ತವೆ.

ಪ್ರತಿ ಶನಿವಾರ ದಿನ ನಮ್ಮ ಗ್ರಾಮದಲ್ಲಿ ಸಂತೆ ಸೇರುವುದು. ಆಗ ಸುತ್ತುಮುತ್ತಲಿನ ಗ್ರಾಮದವರು ಅಲ್ಲಿಗೆ ಬಂದು ತಮ್ಮ ವಾರದ ಸಾಮಾನುಗಳನ್ನು ಕೊಂಡುಕೊಳ್ಳುತ್ತಾರೆ

ಸ್ವಲ್ಪದರಲ್ಲೇ ಹೇಳುವುದಾದರೆ ನನ್ನ ಗ್ರಾಮವು ಸೊಗಸಾದ ಆರೋಗ್ಯಕರವಾದ ಪ್ರದೇಶ.

I live in "Hosalli" village. It is one k. m. from the railway station and situated on the bank of a small river, It lies at the foot of a hill; so it is a fine, cool place. There is a small lake to the west of my village.

If you walk a little in the mornings or evenings you can go to the hill-side or the river banks.

There is an ancient temple in our village. It is dedicated to Sri Rama. The car festival is famous and pilgrims from all over South India assemble there.

Also there is a small Church in our village and regular Senday Service takes place.

Once a week i. e., on Saturdays, a fair is held in our village. People from surrounding villages visit and make their weekly purchases.

In short, my village is a fine, healthy place.

ದೆಹಲಿಯು ಭಾರತದ ರಾಜಧಾನಿ. ಅದು ಯಮುನಾ ನದಿಯ ದಡದಲ್ಲಿದೆ. ಪ್ರಪಂಚದ ಅತ್ಯಂತ ಪ್ರಾಚೀನ ನಗರಗಳಲ್ಲಿ ದೆಹಲಿಯೂ ಒಂದು. ಪಾಂಡವರ ರಾಜಧಾನಿಯಾಗಿದ್ದ ಇಂದ್ರಪ್ರಸ್ಥ ನಗರವು ಈಗಿನ ದೆಹಲಿ ಇದ್ದಲ್ಲೇ ಅಥವಾ ಅದರ ಬಳಿಯಲ್ಲಿ ಇತ್ತು ಎಂದು ಚರಿತ್ರೆಯಿಂದ ತಿಳಿಯುತ್ತದೆ.

Delhi is the Capital of India. It is on the bank of the river Yamuna. It is one of the oldest cities of the world. It is learnt from History that ancient Indraprastha, the capital of the Pandavas, stood on or near the site of modern Delhi.

" ನಾನು ಯಾವ ದೊಡ್ಡ ಸ್ಥಾನಮಾನ ಪಡೆಯಬೇಕು ಎಂದು ಗಾಂಧೀಜಿಯ ಬಳಿ ಹೋಗುತ್ತಿಲ್ಲ. ಅವರ ನೆರಳಾಗಿ ಬಾಳಬೇಕು ಎಂದಿದ್ದೇನೆ. ಸದಾಕಾಲ ಅವರೊಡನೆ ಇದ್ದು ಹೆಚ್ಚು ಹೆಚ್ಚು ಜ್ಞಾನ ಸಂಪಾದನೆ ಮಾಡಿ ಪಳಗಬೇಕೆಂದು ಗಾಂಧೀಜಿಯನ್ನು ಸೇರುತ್ತಿದ್ದೇನೆ ".

" I am not going to Gandhiji with the idea of achieving greatness. I want to live like his shadow going about with him, receiving training under him and getting more and more knowledge.

ಒಂದು ಕಾಗೆಯು ಬಾಯಾರಿಕೆಯಿಂದ ತುಂಬಾ ಬಳಲಿತ್ತು. ಅದು ನೀರನ್ನು ಹುಡುಕಿಕೊಂಡು ಹೊರಟಿತು. ದಾರಿಯಲ್ಲಿ ಒಂದು ಹೂಜಿಯನ್ನು ಕಂಡಿತು. ಆದರೆ ನೀರು ಹೂಜಿಯ ತಳದಲ್ಲಿತ್ತು. ಕಾಗೆಯ ಕೊಕ್ಕಿಗೆ ನೀರು ಎಟಕುತ್ತಿರಲಿಲ್ಲ. ಹೇಗಾದರೂ ಮಾಡಿ ನೀರು ಕುಡಿಯಲೇ ಬೇಕಾಗಿತ್ತು. ಜಾಣ ಕಾಗೆ ಒಂದು ಯುಕ್ತಿಯನ್ನು ಕಂಡುಹಿಡಿಯಿತು. ಅದು ಅಕ್ಕಪಕ್ಕದಲ್ಲಿ ಬಿದ್ದಿದ್ದ ಸಣ್ಣ ಕಲ್ಲುಗಳನ್ನು ಆರಿಸಿ ತಂದಿತು. ಒಂದೊಂದನ್ನಾಗಿ ಹೂಜಿಯಲ್ಲಿ ಹಾಕಿತು. ನೀರು ಮೇಲೆ ಬರುವವರೆಗೆ ಕಲ್ಲುಗಳನ್ನು ತುಂಬಿತು. ತನ್ನ ಕೊಕ್ಕಿಗೆ ನೀರು ಎಟಕುವಂತಾದಾಗ ಕಾಗೆಯು ನೀರು ಕುಡಿದು ತೃಪ್ತಿ ಪಟ್ಟಿತು. ಅದು ಸಮಾದಾನದಿಂದ ಹಾರಿಹೋಯಿತು.

A crow was very thirsty. It went in search of water. It saw a jug. But it had a little water at the bottom. The crow was not able to reach water with its beak. It had to drink water some how. The clever crow thought of a trick. It collected small pebbles lying near by. It went on dropping them one by one into the jug until the water come up. Then it drank water and quenched its thirst and flew away contented.

Exercises

Books are strange gifts. When in our lives hover the dark clouds of distress, then books like true friends provide us consolatior.. When other dear friends and relations leave as in ill times, books stick to us. Thev increase our courage and, teach us how to win over difficulties. Books are the result of man's continuous work of thousands of years. Even then all books are not good. We should cho-oseonly good books for reading.

TOLERANCE and not love is needed for rebuilding post-war world civilization. Love does not work in public affairs, it was tried by the Christian Civilization of the Middle Ages and the French Revolution. Moreover the idea of love among foreigners and business concerns is ridiculous. It leads to sentimentalism. Above all we can love only those whom we know. The other two ways to settle disputes among races and classes are tolerance or killing others. Nazi method of killing is not good so only tolerance can help in rebuilding civilization. It may be dull or negative virtue but this is the only way to settle down to the work of reconstruction.

Manifold can be the causes responsible for these, lack of accomodation among the different communities may be given as one. Much harm is done in the world by one set of people failing to understand the points of view of other. Lack of tolerance is generally the spark for communal trouble. An ordinary event of little importance hurts the religious sentiments of one group of people who are ready to retaliate by taking recourse to violence. This has a natural and inevitable reaction from members of the other group and this leads on to committing a numerous acts of violence. India is a country where great efforts are required to be made for maintaining communal harmony which is mainly responsible for communal riots. Different communities should learn to live in an atmosphere of amity and goodwill. The masses in India are to be taught that all religions lead to the same goal. It is the absence of such knowledge among the people that ferments hatred and aversion. Another thing is also to be noted here.

ಅಪ್ಪಚ್ಚನ್ ಮಲೆಯೊಳಂ ಚಿತ್ರರಂಗದ ಖ್ಯಾತ ನಿರ್ಮಾಪಕ. ಕಳೆದ ವರ್ಷಗಳಲ್ಲಿ ವ್ಯಾಪಾರೀ ಚಿತ್ರಗಳನ್ನಷ್ಟೇ ನೀಡಿರುವ ಇವರು ಈ ವರ್ಷ ಭಾರತೀಯ ಚಿತ್ರರಂಗಕ್ಕೆ ಹೊಸತಾದ ತ್ರಿಮಾನ (3–'ಡಿ') ಚಿತ್ರವನ್ನು ನಿರ್ಮಿಸಿದ್ದಾರೆ. 'ಮೈ ಡಿಯರ್ ಕುಟ್ಟಿಚಾತನ್' ಕೇರಳದಲ್ಲಿ ಭರ್ಜರಿಯಾದ ಪ್ರದರ್ಶನ ಕಂಡು ಯಶಸ್ವಿಯಾಗಿದೆ. ಈ ಚಿತ್ರದ ಯಶಸ್ಸು ಬೇರೆ ಭಾಷಾ ಚಿತ್ರರಂಗವನ್ನೂ ತೀವ್ರವಾಗಿ ಆಕರ್ಷಿಸಿದೆ.

ತ್ರಿಮಾನ (ತ್ರೀ ಡೈಮೆನ್‌ಶನ್) ಚಿತ್ರಗಳ ತಂತ್ರ ಹಾಲಿವುಡ್‌ಗೆ ಮೂರು ದಶಕಕ್ಕೂ ಹಿಂದಿನದು. ಭಾರತದಲ್ಲಿ ಈಗಷ್ಟೇ ಈ ತಂತ್ರದ ಚಿತ್ರಗಳು ನಿರ್ಮಾಣಗೊಳ್ಳುತ್ತಿರುವುದು ನಾವೆಷ್ಟು ಹಿಂದೆ ಉಳಿದಿದ್ದೇವೆ ಎನ್ನಲು ಒಂದು ಉತ್ತಮ ಉದಾಹರಣೆ. ಮೂರು ದಶಕಗಳ ಹಿಂದೆ ಅಮೇರಿಕದಲ್ಲಿ ವಿಡಿಯೋ ಹಾವಳಿ ಆರಂಭವಾದಾಗ ಸಿನಿಮಾ ಮಾಧ್ಯಮ ಸ್ಪರ್ಧೆ ಕೊಡಲು ಮಾಡಿದ ಸಿನೆರಮಾ, ವೈಡ್‌ಸ್ಕೋಪ್ ಸಿನಿಮಾಸ್ಕೋಪ್‌ಗಳಂತೆಯೇ ತ್ರಿ–'ಡಿ' ಚಿತ್ರಗಳೂ ಬಂದವು. "ಹೌಸ್ ಆಫ್ ವ್ಯಾಕ್ಸ್" ಎಂಬುದು ಅಂಥ ಪ್ರಥಮ ತ್ರಿಮಾನ ಹಾಲಿವುಡ್ ಚಿತ್ರ.

ಎಲ್ಲ ಸರಕಾರೀ ಕಲಸಗಳಂತೆ ಈ ಉತ್ಸವಗಳನ್ನೂ ಸಂಯೋಜಿಸಲು ಅವಶ್ಯವಿರುವ ಸಮಯಾವಕಾಶ ಈಗ ಉಳಿದಿಲ್ಲ. ಕೊಟ್ಟೂ ಇಲ್ಲ. ಅಂತಾರಾಷ್ಟ್ರೀಯ ಸಿನಿಮಾ ಉತ್ಸವಗಳಂತೆ ಈ ಉತ್ಸವಗಳೂ ರಾಜಕಾರಣಿಗಳು, ಅವರ ಸಂಬಂಧಿಕರು, ಸರಕಾರದ ಬೇರೆ ಬೇರೆ ಇಲಾಖೆಗಳ ಜನರು ನೋಡುವ ಸಮಾರಂಭಗಳಾಗುತ್ತವೆಯೇ ಹೊರತು, ಶ್ರೀಸಾಮಾನ್ಯ ಪ್ರೇಕ್ಷಕ ಈ ಉತ್ಸವಗಳಲ್ಲಿ ಭಾಗವಹಿಸುವ ಅವಕಾಶ ತೀರಾ ಕಡಿಮೆ ಇರುವಂತೆ ಕಾಣುತ್ತದೆ. ಕೊನೆಗೆ ಇದೊಂದು ಸರಕಾರೀ ತಮಾಷೆ ಆಗುತ್ತದೆ. ಹತ್ತಾರು ಸಮಿತಿಗಳು, ಉಪಸಮಿತಿಗಳು, ನಿರ್ಮಾಣವಾಗಿ ಹಣ ಪೋಲಾಗುತ್ತದೆ. ಕಾರ್ಯಕ್ರಮ ಕೆಟ್ಟುಹೋದರೆ ಯಾರಿಗೆ ಏನು ಬಂತು? ಹುಚ್ಚು ಮುಂಡೆ ಮದುವೆಯಲ್ಲಿ ಉಂಡವನೇ ಜಾಣ.

ಕರ್ನಾಟಕ ಚಿತ್ರ ನಿರ್ಮಾಣ ಚಟುವಟಿಕೆ ಈಗ ಭರದಿಂದ ಮದ್ರಾಸಿಗೆ ವಲಸೆ ಹೋಗುವ ಕುರಿತು ಸರಕಾರವಾಗಲಿ, ವಾಣಿಜ್ಯ ಮಂಡಳಿಯಾಗಲಿ ಗಂಭೀರವಾಗಿ ಚಿಂತೆ ಮಾಡುವ ಯಾವ ಲಕ್ಷಣಗಳೂ ಕಾಣುತ್ತಿಲ್ಲ. ಕರ್ನಾಟಕದಲ್ಲಿ ಚಿತ್ರ ನಿರ್ಮಾಣ ಆಗುವಂಥ ಎಲ್ಲ ಪರಿಕರಗಳನ್ನು, ಸೌಲಭ್ಯಗಳನ್ನು ಒದಗಿಸಲು ಸರಕಾರಕ್ಕೆ ಏಕೆ ಆಗುತ್ತಿಲ್ಲ? ಸಿನಿಮಾ ಮಾಧ್ಯಮದಿಂದ ಸರಕಾರದ ಬೊಕ್ಕಸಕ್ಕೆ ಕೋಟ್ಯಂತರ ಹಣ ಸೇರುತ್ತದೆ. ಆದರಲ್ಲಿ ಎಷ್ಟು ಅಂಶ ಕನ್ನಡ ಸಿನಿಮಾ ಅಭಿವೃದ್ಧಿಗಾಗಿ ಸರಕಾರ ಖರ್ಚು ಮಾಡುತ್ತದೆ? ಯಾವ ಉಪಯೋಗವೂ ಇಲ್ಲದ ಭಾಷಣ, ಸಮಾರಂಭಗಳಿಗೆ ವ್ಯರ್ಥ ಮಾಡುವುದು ಚಿತ್ರರಂಗಕ್ಕೆ ಹಾಗೂ ಪ್ರೇಕ್ಷಕರಿಗೆ ಮಾಡುವ ಅಪಚಾರ.

ಸ್ಪರ್ಶ ಪ್ರಕೃತಿ

ಮಳೆಗಾಲದ ಬಿಸಿಲಿನ ಹಾಗೆ; ಸುಖ ಸ್ಪರ್ಶ ಪ್ರಕೃತಿ
ಮುಸ್ಸಂಜೆಯ ಬೆಳಕಲ್ಲಿ ಕಂಡೂ ಕಾಣದ ಹಾಗೆ
ಅನುಭವಿಸಿದ ಪಾರಿಜಾತದ ರೀತಿ
ಹಸಿರು ಹುಲ್ಲಿನ ಮೇಲೆ ಹನಿಚೆಲ್ಲಿದ ಬೆಳಗೆ
ಹವಳದುಟಿನ ಬಿಳಿನಕ್ಷತ್ರಗಳ ರಾಶಿ :
ನಿನ್ನ ಪ್ರೀತಿ.

ಹಸಿಮಣ್ಣು ಧೂಳಾದ ನೆಲದಲ್ಲಿ
ಪೊರೆಬಿಟ್ಟ ಬರಿಮೈಯ ಭಾವ ಚಹರೆ.
ಸಂದೂ ಸಲ್ಲದ ಹಾಗೆ ಸಲ್ಲದೇ ಸಂದ ಧಗೆ
ಗಾಳಿ ಬಯಲಿನ ಬೇಗೆ
ಹಸಿರು ಮೊಳೆಯುವ ಭೂಗರ್ಭ ಬೀಜದ ಪೊರೆ:
ನಿನ್ನ ಪ್ರೀತಿ ವಸುಂಧರೆ.

ಮಳೆ ಮಿಡಿವ ಮೋಡದ ಬೆರಳು
ಕಾಮನಬಿಲ್ಲಿನ ಮೇಲೆ ಮಿಣಿವ ತಾರೆಗಳು
ತನುವಿಗೆ ಆಗಸ ಕವಚ
ಇರುಳು ನೇವರಿಸುತ್ತ ನೆಲಕೆ ಸುರತ.
ಕಲ್ಪನೆಯ ಧ್ಯಾನದಲಿ ಕೂತ ಕಣ್ಣಿನ ಛಲ
ಈವ ಪ್ರೀತಿಗೆ ಕಿತ್ತ ಜ್ಞಾನದ ಫಲ.

A FEW USEFUL WORDS

ಠೇವಣಿ	deposit
ಡಬ್ಬಿ	small box
ಡೊಕ್ಕೆ	the body
ಡೊಣೆ	small pond
ಡೋಲು	large drum
ತಕರಾರು	objection
ತಗಲು	to touch
ತಾಯಿ	mother
ತಾರು	wire. telegram
ತಾರುಣ	youth
ತಾಳೆ	tallying
ತಿಂಗಳು	a month
ತಿದ್ದು	to make straight
ತಿನಿಸು	food
ತಿಳಿಗೇಡಿ	fool
ತೀವ	strong, quick
ತುಪ್ಪ	ghee
ತುಂಬು	to become full
ತುರಗ	horse
ತೂರು	to enter
ತೆಗಳು	to rebuke
ತೆಳ್ಳಗೆ	thin
ತೇಲಿಸು	to float

ಜಿಪುಣ	miser
ಜೀರ್ಣ	digest
ಜುಮಾಲ	total
ಜುಲುಮೆ	oppression
ಜೊಲ್ಲು	saliva
ಜೋಕೆ	attention
ಜೋಗುಳ	lullaby
ಜೋಗು	waterfall
ಜ್ವರ	fever
ಝಳಪಿಸು	to brandish
ಝೇಂಕಾರ	buzzing
ಟಗರು	ram
ಟಂಕಸಾಲೆ	mint
ಟಿಪ್ಪಣಿ	note
ಟೀಕಿಸು	to explain
ಟೊಂಗೆ	branch of a tree
ಟೊಳ್ಳು	hollowness
ಟೋಳಿ	a band
ಠಕ್ಕ	defrauder
ಠಕ್ಕು	humbug
ಠಸ್ಸೆ	stamp, seal
ಠಾಣೆ	the headquarte
ಠೀವಿ	style

ಲಂಗ	skirt	ನಗರ	town, city
ಲಂಘನ	jumping	ನಗು	laugh
ಲತೆ	creeper	ನಂಜು	poison
ಸೂರ್ಯ	sun	ನಡು	middle
ಸೆಕೆ	heat	ನಡೆ	walk
ಸೆರೆ	jain	ನೆಂಟ	relation
ಸೇವೆ	service	ನತ್ತು	nose stud
ಸೇವಕ	servant	ನನ್ನಿ	truth
ಸೊಬಗು	beauty	ನಫೆ	profit
ಸೋಜಿಗ	surprice	ನಮಸ್ಕಾರ	obeissance
ಹಟ	obstinacy	ನಮೂನೆ	specimen
ಹಣತೆ	lamp	ನಂಬುಗೆ	confidence
ಹಣಿಗೆ	comb	ನಯ	softness
ಹಣ್ಣು	fruit	ನಯನ	eye
ಹೆಣ್ಣು	girl	ನಾಗ	snake
ಹಾರ	garland	ನಾಗರಿಕ	town-bred
ಹಾಳು	ruin	ನಾಚಿಕೆ	bashfulness
ಹಿಡಿ	hold	ನಾಟಕ	drama
ಹೀನ	deprived	ನಿಕ್ಷೇಪ	deposit
ಹುಲಿ	tiger	ನಿಖಿಲ	complete
ಹುವ್ವು	flower	ನಿಗದಿ	fixing
ಹೂಳು	to bury	ನಿಶ್ಚಯ	ascertainment
ಹೊಲ	field	ನೀಗು	abandon
ಹೊನ್ನು	gold		
ಹೋಳು	piece		

ಲಾಂಛನ	mark, sign	ಪುಕ್ಕಟೆ	freely
ಲಾಭ	advantage	ಪೂಜೆ	honour
ಲಾಲನೆ	caressing	ಪೂರ್ಣ	full of
ಲಾವಣ್ಯ	beauty	ಪೆಟ್ಟಿಗೆ	box
ಲಿಖಿತ	written	ಪೇಚಾಟ	trouble
ಲುಬ್ಧ	desiring	ಪೇಟೆ	market
ಲೂಟಿ	robbing	ಪೈರು	growing corn
ಲೇವಡಿ	derision	ಪೊಳ್ಳು	hollow
ವಾಕ	a word	ಪೋಷಣೆ	nourishing
ವಿಜ್ಞಾಪನೆ	petition	ಪ್ರಕಟ	public
ವೃದ್ಧಿ	increase	ಪ್ರಕಟಣೆ	notification
ವ್ಯತ್ಯಯ	opposition	ಪ್ರಕಾಶ	brightness
ವ್ಯಾಪಾರಿ	tradesman	ಪ್ರಾಚ್ಯ	eastern
ಗಾಯನ	song	ಪ್ರಾಣ	breath
ಗಾಳಿ	wind	ಮಣ್ಣು	clay
ಗಿಡ	plant	ಮಾಜಿ	late
ಗಿರಾಕಿ	customer	ಮಾಜು	disappear
ಗೀರು	to scrape	ಮಾಂಸ	flesh
ಗುಡಿಸು	sweep	ಮಾರು	sell
ಗುಡ್ಡ	hill	ಮಿಗಿಲು	much
ಗುಣಾಕಾರ	multiplication	ಮೀಯು	take bath
ಘಟನೆ	incident	ಮುಚ್ಚು	shut
ಘಟಿಸು	to happen	ಮುಂಚೆ	previou